சிலப்பதிகாரக் காட்சிகள

மா. இராசமாணிக்கனார்

நூலின் பெயர்: சிலப்பதிகாரக் காட்சிகள்

ஆசிரியர்: மா. இராசமாணிக்கனார்

மொழி: தமிழ்

முதல் பதிப்பு: 1946

பதிப்பித்த ஆண்டு: 2024

புத்தக வடிவம்: காகித அட்டை

நூலின் வகை: இலக்கியம்

நூலின் பிரிவு: ஆராய்ச்சி, வரலாறு

மொத்த பக்கங்கள்: 60

நூலின் அளவு: 6 * 9 அங்குலம்

Title: Silapathikara Katchigal

Author: M. Rasamanickam

Language: Tamil

First Published on: 1946

Published on: 2024

Book Format: Paperback

Category: Literature

Subject: Research, History

No. of pages: 60

Size: 6inch * 9inch

பொருளடக்கம்

முன்னுரை 4
1. காவிரிப்பூம்பட்டினம் 5
2. கோவலன்-கண்ணகி திருமணம் 9
3. மணமக்கள் வாழ்க்கை 12
4. மாதவி நடனம் 15
5. கோவலனும் மாதவியும் 19
6. மதுரைப் பிரயாணம் 22
7. மதுரை மாநகரம் 26
8. கோவலனும் கண்ணகியும் 29
9. கோவலன் கொல்லப்படுதல் 33
10. கண்ணகி துயரம் 37
11. கண்ணகி வழக்குரைத்தல் 41
13. சேரன்-செங்குட்டுவன் 48
14. பத்தினிக் கோவில் 52
15. சிலப்பதிகாரம் 56

குறிப்புகளுக்காக

முன்னுரை

சிலப்பதிக்காரக் காட்சிகள் என்னும் பெயர் கொண்ட இச்சிறு நூல், முத்தமிழ்க் காப்பியம் ஆகிய சிலப்பதிகாரம் என்னும் சீரிய செந்தமிழ் நூலில் உள்ள கோவலன்-கண்ணகி வரலாற்றைப் பல காட்சிகளாகப் பகுத்துக் கூறுவதாகும். காட்சிகள், தேவையான இடங்கள் விளக்கமாகவும் தேவையற்ற செய்திகள் சுருக்கமாகவும் அமையப் பெற்றவை. பெரும் புகழுடன் இருந்து கடலுக்கு இரையான பூம்புகார்ச் சிறப்பு, அக்கால மக்கள் வாழ்க்கை நிலை, சமுதாய நிலை, அரசியல் நிலை. பழக்க வழக்கங்கள், அக்காலக் கலைகள் முதலிய வற்றைப் பற்றிய பல விவரங்களை இச்சிறு நூல் கொண்டு உணர்தல் கூடும்.

சேக்கிழார் அகம்,
மா. இராசமாணிக்கம்
சென்னை.

சிலப்பதிகாரக் காட்சிகள்

1. காவிரிப்பூம்பட்டினம்

இன்றைய நிலைமை

இற்றைக்கு ஏறத்தாழ ஆயிரத்து எண்ணூறு ஆண்டுகளுக்கு முன் காவிரிப்பூம்பட்டினம் என்ற அழகிய நகரம் இருந்தது. அது, காவிரியாறு கடலொடு கலக்கும் இடத்தில், அதன் இரண்டு கரைகளிலும் அமைந்திருந்தது. அந்நகரம் கட லுக்கு இரையாகி விட்டது. இப்பொழுது அங்கு மணல் மேடுகளும் வயல்களும் சில வீடுகளுமே இருக்கின்றன. அந்த இடத்தில் பழைய காலத்துப் பானை ஒடுகள், உறை கிணறுகள், பண்டைக்கால நாணயங்கள் முதலியன பூமிக்குள் இருந்து கிடைக்கின்றன.

பன்டை நிலைமை

1800 ஆண்டுகளுக்கு முன் அந்த இடம் பெரிய நகரத்தைப் பெற்றிருந்த இடமாகும். காவிரிப்பூம் பட்டினம் சோழ நாட்டுத் தலைநகரம் ஆகும். சோழ நாடு என்பது தஞ்சாவூர், திருச்சிராப்பள்ளி மாவட்டங்களைக் கொண்ட நிலப் பகுதியாகும். அதனைச் சோழர் என்ற அரச மரபினர் நெடுங் காலமாக ஆண்டு வந்தனர்.

நகரப் பிரிவுகள்

காவிரிப்பூம்பட்டினம் சோழர் தலைநகரமாக இருந்தது; சோழ நாட்டுக்குத் துறைமுக நகரமும் அதுவே ஆகும். இந்த இருவகைச் சிறப்பினால் அந்த நகரம் மிக்க சிறப்படைந்து விளங்கியது. அதற்குப் புகார்', 'பூம்புகார்' என்ற பெயர்களும் வழங்கின. புகார் நகரம் மிகப் பெரியது: அக நகர், புற நகர் என்ற இரண்டு பிரிவுகளைப் பெற்றி ருந்தது.

அக நகர்

அக நகர் நடுவில் மன்னவன் மாளிகை நடு நாயகமாக வானுற ஓங்கி வளம்பெற விளங்கியது. அதனைச் சூழ்ந்து தேர்ப்பாகர், யானைப்பாகர், குதிரைப்பாகர், படைத்தலைவர், வீரர் என்பவர் விடுதிகளைக் கொண்ட தெருக்கள் திகழ்ந்தன. அரச மாபினர்

வாழும் அழகிய தெருக்கள் இருந்தன. அந்தணர் உறையும் அகன்ற தெருக்கள் இருந்தன. வணிகர் வாழும் வளம் மிக்க வீதிகள் காணப்பட்டன. உழவர் வசிக்கும் உணவு மிக்க தெருக்கள் காட்சி அளித்தன. இவற்றுக்கு அப்பால் மருத்துவர், சோதிடர், சூதர்,[1] மாகதர்,[2] வைதாளிகர்,[3] முத்துக் கோப்பவர், நடன மாதர். நாடக மகளிர், ஆடல் ஆசிரியர், இசை ஆசிரியர் நாடக ஆசிரியர் முதலியோர் வாழும் பல தெருக்கள் இருந்தன. இடையிடையே பல கோவில்கள் இருந்தன. அவற்றுள் சிறப்பாகக் குறிக்கத். தக்கவை-*(1)* சிவன் கோயில், *(2)* பெருமாள் கோயில், *(3)* பலராமன் கோயில், *(4)* இந்திரன் கோவில், *(5)* முருகன் கோவில், *(6)* சூரியன் கோயில், *(7)* சந்திரன் கோயில், *(8)* புத்தர் கோயில், *(9)* அருக தேவன் (சமணர்) கோயில் என்பன. அக்கோயில்கட்கு அப்பால் அறச்சாலை களும் வேள்விச் சாலைகளும் கல்விச் சாலைகளும் அமைந்து விளங்கின. பொதுமக்கள் வந்து தங்கி யிருப்பதற்கும் அயல் ஊராரும் நாட்டாரும் வந்து தங்குவதற்கும் வசதியாகப் பல மன்றங்கள் (பொது இடங்கள்) இருந்தன. நகர மக்கள் மாலை வேளைகளில் இன்பமாகப் பொழுது போக்குவதற்காக உய்யான வனம், சம்பாபதி வனம், கவேர வனம், உவவனம என்ற மலர்ச் சோலைகள் இருந்தன.

புறநகர்

புறநகர் என்பது கடற்கரை ஓரத்தில் இருந்த நகரப் பிரிவாகும். அங்குப் பெரிய மாளிகைகள் பொலிவுற்று விளங்கின. அவற்றில் மான் கண்களைப் போன்ற சாளரங்கள் பல இருந்தன. திசை மயங்கிச் செல்லும் கப்பல்களுக்குத்திசை அறிவித்து நின்ற கலங்கரை விளக்கம் இருந்தது. பருத்தி நூல், பட்டு நூல், எலி மயிர், ஆட்டு மயிர் இவற்றால் ஆடை நெய்யும் சாலியர் தெருக்கள் இருந்தன. இரும்பு, வெண்கலம், பித்தளை, செம்பு, வெள்ளி இவற்றால் பலவகைப் பொருள்களைச் செய்யும் தொழிலாளர் தெருக்கள் இருந்தன. கட்டடம் கட்டுபவர், ஓவியம் தீட்டுபவர், சிற்ப வல்லுநர், தையற்காரர், பாய் முடைபவர், பந்தல் அலங் காரம் செய்பவர் முதலிய பலவகைத் தொழிலாளர் வாழும் வீதிகள் இருந்தன. பூ வாணிகர், இலை வாணிகர், பிட்டு வாணிகர், அப்ப வாணிகர் சந்தனம் விற்பவர், முத்து வாணிகர், பவள வாணிகர்,

---

[1] சூதர்-நின்று அரசனைப் புகழ்வர்.

[2] மாகதர் உட்கார்ந்து அரசனைப் புகழ்வர்

[3] வைதாளிகர்-பல வகைத் தாளம் இடுபவர்

பலவகைத் தானியங்களை விற்பவர், மீன் வாணிகர் முதலியோர் உறைந்த தெருக்கள் இருந்தன. கடல் வாணிகத்தைக் கருதி சீனம், கிழக்கிந்தியத் தீவுகள், அரேபியா, கிரேக்க நாடு, ரோமாபுரி முதலிய நாட்டு வணிகர் வந்து தங்கியிருந்த தெருக்களும் இருந்தன.

நாள் அங்காடி

இந்த இரண்டு நகரங்கட்கும் இடையில் பெரிய சோலை ஒன்று உண்டு. அச்சோலையில் பெரிய சந்தை நாள்தோறும் கூடும். அது நாள் அங்காடி எனப்பட்டது. அங்குப் பெரிய பூதத்தின் கோயில் இருந்தது.

இந்திர விழா

புகார் நகரத்தில் வருடந்தோறும் இந்திரனுக்கு விழா செய்யப்பட்டு வந்தது. அவ்விழாச் சித்திரை மாதம் சித்திரை நட்சத்திரம் தொடங்கி இருபத்தெட்டு நாட்கள் நடைபெற்று வந்தது. அம்மாநகரத்தார் அவ்விழாவினைச் சிறப்பாகக் கொண்டாடி வந்தனர். விழா முடிவில் நகர மாந்தர் கடலில் நீராடி இன்பமாகப் பொழுது போக்குவார். விழாக் காலத்தில் தமிழ்நாட்டில் இருந்த பல சமயங்களைச் சேர்ந்த அறிஞரும் அங்குக் கூடுவது வழக்கம்; தத்தம் சமயத்தைப் பற்றிச் சொற்பொழிவு ஆற்றுதல் வழக்கம். இச் சொற்பொழிவுகளால் பொதுமக்கள் பல சமயங்களைப் பற்றிய செய்திகளை அறிய வசதி உண்டானது.

துறைமுகம்

காவிரிப்பூம்பட்டினத்துத் துறைமுகம் பெரியது. அதனில் அரேபியா, கிரீஸ், இத்தாலி முதலிய மேற்கு நாட்டுக் கப்பல்களும் ஜாவா, சீனம், பர்மா முதலிய கிழக்கு நாட்டுக்கப்பல்களும் வந்து தங்குவது வழக்கம். அவை தமிழ்நாட்டுப் பண்டங்களைத் தம் நாடுகட்கு ஏற்றிச் செல்லும்; தம் நாட்டுப் பொருள்களான கண்ணாடிப் பொருள்கள், பட்டாடைகள், குடி வகைகள், பலவகை யந்திரப் பொறிகள் முதலியவற்றை ஏற்றி வந்து இறக்குமதி செய்யும். இப்பொருள்களை இறக்கிக் கணக்கெடுக்கவும், ஏற்றுமதிக்குரிய பொருள் களைக் கணக்கிட்டுச் சோழர் முத்திரையாகிய 'புலி முத்திரை' பொறிக்கப்பட்ட மூட்டைகளைக் கப்பல்களில் ஏற்றவும் ஏராளமான மக்கள் துறை முகத்தில் வேலை செய்து கொண்டிருந்தனர், அங்குச் சுங்கச் சாவடி ஒன்று இருந்தது. இக்

காலத்தில் சென்னை போன்ற துறைமுக நகரத்தில் உள்ள துறைமுக நிலையங்களும் சுங்கச் சாவடியும் *1800* ஆண்டுகட்கு முன் நமது பூம்புகார் நகரத்தில் இருந்தன என்பதைச் சுருக்கமாகக் சொல்லலாம்.

2. கோவலன்-கண்ணகி திருமணம்

வணிக அரசர்

பல வளங்களும் நிறைந்து விளங்கிய காவிரிப் பூம்பட்டினத்தில் வாழ்ந்த வணிகர் அரசர்க்கு நிகரான பெருமதிப்புடன் வாழ்ந்து வந்தனர். அதற்குக் காரணம் அவர்கள் செய்துவந்த கடல் வாணிகமே ஆகும். இங்ஙனம் அரசபோகத்தில் வாழ்ந்த வணிகருள் இருவர் பெயர் பெற்றவராக இருந்தனர். ஒருவன் மாசாத்துவான் என்பவன்; மற்றவன் மாநாய்கன் என்பவன். மாசாத்துவான் என்பவனுக்குக் கோவலன் என்பவன். தவமகனாக விளங்கினான். மாநாய்கன் என்பவனுக்குக் கண்ணகி என்பவள் தவமகளாக விளங்கினாள்.

கோவலன்

கோவலன் இளமைதொட்டே நற்குண நற்செயல்களிற் சிறந்து விளங்கினான். அவன் தன் காலத்துத் தமிழ் நூல்கள் பலவற்றைத் தக்க ஆசிரி. யரிடம் பயின்றான்! வாணிகத் துறைக்குரிய கல்வியையும் வளமுறக் கற்றான்; தந்தைக்கு உதவியாக இருந்து வாணிகத்தைப் பெருக்கி வந்தான். ஏழைகளைக் காக்கும் இயல்பு அவனிடம் இளமை முதலே குடி கொண்டிருந்தது. செல்வத்திலும், கல்வியிலும் ஒழுக்கத்திலும் ஒருங்கே குறப்புப் பெற்று இருந்த அவன், அறிஞரது பெருமதிப்புக்கு உரியவன் ஆனான்.

கண்ணகி

கண்ணகி இரதிதேவியும் பார்த்துப் பொறாமை படத்தக்க பேரழகி அவள் முகம் அன்று மலர்ந்த தாமரை மலர் போலப் பொலிவு பெற்று விளங்கியது. சிவந்த ரேகைகள் படர்ந்த அவள் கண்கள் அகன்று இருந்தன. அவள் புருவங்கள் வில்லைப் போல வளைந்து இருந்தன. அவள் பற்கள் ஒரே வகையும் ஒரே அளவும் உடைய முத்துக்களை ஒத்திருந்தன. அவளுடைய கரிய நீண்ட கூந்தல், கார் மேகத்தை ஒத்திருந்தது. அவள் பேச்சு கிளிப் பேச்சை ஒத்திருந்தது. அவளது நடை அன்ன நடையைப் போல இருந்தது. அப்பேரழகி அடக்கம், அன்பு முதலிய நல்ல இயல்புகளைப் பெற்றிருந்தாள். மாநாய்கன் தன் செல்வ மகளைப் பல கலைகளில் வல்லவளாக்க விரும்பினான். அவன் விருப்பப்படியே கண்ணகி தமிழ் இலக்கண

இலக்கிய நூல்களைத் தக்க ஆசிரியரிடம் பயின்றாள்; குழல், யாழ் இவற்றைப் பயன்படுத்தக் கற்றாள்: நல்ல இசையுடன் பாடக்கற்றாள்; பெண் களுக்கு உரிய அம்மானை, பந்து, ஊசல் முதலிய விளையாட்டுக்களில் வல்லவள் ஆனாள். கண்ணகி, செல்வச் சீமான் செல்வமகள் ஆதலின், அவர்களுக்குத் தோழியர் பலர் இருந்தனர். அவள் அவர்களிடையில் இன்பமாகப் பொழுது போக்கி, வந்தாள் .

திருமண எண்ணம்

மாநாய்கனும் மாசாத்துவானும் நெருங்கிய உறவினர். அதனால் கோவலனை மாநாய்கன் நன்கு அறிவான்; எனவே, கண்ணகியும் நன்கு, அறிவாள். அங்ஙனமே கண்ணகியைக் கோவலன்: அறிவான். இருவரும் மணப்பருவம் அடைந்த பிறகு ஒருவரை ஒருவர் காணச் சந்தர்ப்பம் கிடைக்கவில்லை. எனினும், கண்ணகியின் தோழியர் கோவலன் குண நலன்களைக் கண்ணகியிடத்துப் பலவாறு பாராட்டிப் பேசுதல் வழக்கம். அதனால், கண்ணகியின் உள்ளம் கோவலனைக் கணவனாகப் பெறவேண்டும் என்று நாடியது. அவ்வாறே கோவலனும் கண்ணகியின் பேரழகையும் உத்தம பெண்ணிற்கு இருக்க வேண்டிய நல்ல இயல்புகள் அவளிடம் பொருந்தி இருத்தலையும் தக்கவர் மூலமாகக் கேள்வியுற்றான்; அக்குனவதியையே தன் வாழ்க்கைத் துணைவியாகக் கொள்வது நல்லது என்று எண்ணினான்.

திருமணம்

பெற்றோர் இவ்விருவர் கருத்துக்களையும் குறிப்பாக உணர்ந்தனர்; அவர்கள் விருப்பப்படியே மணம் செய்ய முடிவு செய்தனர்; மணத்திற்கு உரிய நல்ல நாளைக் குறிப்பிட்டனர். காவிரிப்பூம் பட்டினத்து வணிகர் வழக்கப்படி, வணிக மகளிர் சிலர் யானைமீது அமர்ந்து சென்று வீடு வீடாகக் கண்டு மணச் செய்தியை ஊரெங்கும் பரப்பினர். மணநேரத்தில் முரச வாத்தியம் ஒலி செய்தது; மத்தளம் அதிர்ந்தது; பணிலம் முதலிய கருவிகள் ஒலித்தன; அரசனது சிறப்பு எழுவது போல வெண் குடைகள் எழுந்தன. மண் ஆர்ப்பு ஊரெங்கும் காணப்பட்டது. மணப்பந்தல் அழகாக அலங்கரிக்கப்பட்டு இருந்தது. வயிரம் பதித்த தூண்களையும் நீலப்பட்டுக் கட்டப்பட்ட கூரையையும் கொண்ட இடத்தில் முத்துப் பந்தல் அமைக்கப்பட்டு இருந்தது. அப்பந்தலில் இருந்த

ஆசனத்தில் மணமக்கள் வீற்றிருந்தனர். அவர்களைச் சுற்றிலும் உற்றாரும் உறவினரும் பெருமகிழ்ச்சியுடன் கூடியிருந்தனர்.

கண்ணகி மணப்பெண் கோலத்தில் விளங்கினாள். அவளது இயற்கை அழகும் ஆடை அணிகளால் பெற்ற செயற்கை அழகும் கலந்து கண் டோரைப் பரவசப்படுத்தின. கோவலன் இயற்கையில் வடிவழகன். அவன் கொண்டிருந்த செயற்கைக் கோலம் பின்னும் அழகு செய்தது. ‘‘ஏற்ற மண மக்கள்’’ என்று கண்டோர் கூறிக் களிப்புற்றனர்.

குறித்த நேரத்தில் சடங்குகள் தொடங்கப் பெற்றன. வயதிலும் ஒழுக்கத்திலும் சனத்திர அறிவிலும் மிகவும் முதிர்ச்சிப் பெற்ற பார்ப்பான் சடங்குகளை ஒன்றன்பின் ஒன்றாகச் செய்விக்கத் தொடங்கினான். மணமக்கள் இருவரும் தீ வலம் வந்தனர். மகளிர் பலர் மணச் சடங்குகட்கு வேண்டிய மலர்களையும் வாசனைப் பொருட்களையும் பலவகைச் சாந்துகளையும் புகைப் போருள் வகைகளையும் பல பொடி வகைகளையும் விளக்குகளையும் பாத்திரங்களையும் தனித்தனியே ஏந்திப் பந்தரண்டை நின்றிருந்தனர். பிள்ளை களைப் பெற்று, வாழ்க்கை அனுபவம் மிகுந்த பெண்மணிகள், ‘‘கணவனும் மனைவியும் நிறைந்த அன்புடன் நீடுழி வாழ்க!’’ என்று மலர்களைத் தூவி வாழ்த்தினர். அத்துடன் மணவினை மங்கல முடிவு பெற்றது. மணத்திற்கு வந்திருந்தவர் அனைவரும், ‘‘சோழர் பெருமானான கரிகாலன் இமயத்தில் இருத்திய புலி முத்திரை அவ்விடத்தில நிலைபெற்று இருப்பதாகுக! அவனது ஒப்பற்ற அரச ஆழி வாழ்வதாகுக!’’ என்று வாழ்த்தினர்.[4]

[4] இவ்வாறு குடிமக்கள் தங்கள் சடங்குகட்கு இறுதியில் தங்கள் நாட்டு அரசனை வாழ்த்துதல் பண்டை மரபு.

3. மணமக்கள் வாழ்க்கை

தனி வாழ்க்கை

கண்ணகிக்கும் கோவலனுக்கும் திருமணம் நடந்த பின்னர், அவர்கள் இருவரும் தனியே வாழ்க்கை நடத்த விடப்பட்டனர். அவர்கட்காகத் தனி மாளிகை ஒன்று விடப்பட்டது. கண்ணகிக்கு உதவியாகப் பணிப் பெண்கள் பலர் அமர்த்தப்பட்டனர். மணமான பிறகு இவ்வாறு மணமக்களைத் தனி வாழ்க்கை நடத்த விடுதலே பண்டைப் பழக்கமாகும். இப்பழக்கமே இன்று மேனாட்டாரிடம் மிகுந்து காணப்படுகின்றது.

இன்ப மாளிகை

மணமக்கள் தங்கி இருந்த விடுதி மிக்க அழ கானது; இரண்டு அடுக்கு மாடி வீடாகும். மூன்றாம் தளம் திறந்த நிலையில் இருந்தது. அதன்மீது பகற் காலத்தில் வெயிலும் இரவுகாலத்தில் நிலவும் காய்தல் உண்டு. கண்ணகி நிலாக் காலங்களில் தன் தோழியரோடு அத்தளத்தில் இருந்து இன்பமாகப் பொழுது போக்குவாள்; சில சமயங்களில் கோவலனுடன் இருந்து இசைக் கருவிகளை மீட்டி அவனை இன்பப்படுத்துவாள். மாளிகையில் ... எங்குப் பார்ப்பினும் அழகிய ஓவியங்கள காட்சி அளித்தன. வறுமைக்குச் சிறிதும் இடம் கொடாத அம்மாளிகை 'இன்ப மாளிகை'யாக இலங்கியது.

இன்ப வாழ்க்கை

கோவலன் தன் கருத்திற்கு இசைந்த காதலியான கண்ணகியுடன் மனம் ஒத்து இல்லறம் நடத்தி வந்தான். மனம் ஒத்த காதலர் நடத்தும் வாழ்க்கையே ‘இன்ப வாழ்க்கை’ எனப்படும் எல்லா வீடுகளிலும் இன்ப வாழ்க்கை இருத்தல் அரிது. ஏன்? ஒத்த குணமும் ஒத்த கல்வியும் ஒத்த பண்பும் இல்லாத ஆடவர்-பெண்டிர் திருமணங்கள் மிகுதியாக நடந்து வருதலே இதற்குக் காரணம் ஆகும். ஆடவன் சிறந்த படிப்பாளியாக இருப்பான்; அவனுக்கு வாய்த்த மனைவி கல்வி அறிவு அற்றவளாக இருப்பாள்; ஆடவன் ஒழுக்கம் உடையவனாக இருப்பான்; மனைவி ஒழுக்கம் தவறியவளாக இருப்பாள். கணவன் விரும்புவதை மனைவி விரும்பாள்; மனைவி விரும்புவதைக் கணவன் விரும்பான்.

கணவன் தன் உயர்ந்த நோக்கங்களைக் கூற, அவை இன்னவை என்ப தனையே புரிந்து கொள்ள முடியாத நிலையில் மனைவி இருத்தலும் உண்டு. இத்தகைய பல காரணங்களால், பெரும்பாலான இல்லங்களில் கணவன்-மனைவியர்க்குள் ஒத்த மனவுணர்ச்சி உண்டாவதில்லை. ஒத்த மனவுணர்ச்சி இல்லாத இடத்தில் வாழ்க்கை இன்பம் உண்டாதல் முயற் கொம்பே ஆகும். பெண்கள் ஆண்களைப் போலத் தாராளமாகக் கல்வி கற்க விடப்படின், எல்லாப் பெண்களும் கல்வி அறிவு நிரம்பப் பெறுவர். கல்வி அறிவு ஏற்படின் உலக அறிவு தானாக உண்டாதல் இயல்பு. பற்பல நூல்களை படிப்ப தனாலும் படி.த்தவருடன் பழகுவதனாலும் சமுதாய வாழ்வைக் கவனிப்பதனாலும் பரந்த நோக்கம் உண்டாகும்; உயர்ந்த கொள்கைகள் உள்ளத்திற் பதிய வழி உண்டாகும். நன்றாகப் படித்து உயர்ந்த கணவனும் மனைவியும் நடத்தும் இன்ப இல்லற வாழ்க்கையே இதற்குத் தக்க சான்றாகும்.

ஒத்த உணர்ச்சி

கோவலன் பல்கலை விற்பன்னன்; கண்ணகியும் பல கைகளில் வல்லவள்; கவிபாடும் ஆற்றல் பெற்றவள். இளமை முதலே ஒருவரை ஒருவர் நேரிற் கண்டு பழகியவர்; ஒத்த உள்ளத்தினர்; ஒத்த உணர்ச்சியினர்; கோவலன் கூறிய உயர் நிலைச் செய்திகளைக் கண்ணகி அறியும் ஆற்றல் பெற்றிருந்தாள்; அவ்வாறே கண்ணகி கூறிய வற்றை அறியும் அறிவு வன்மை கோவலனிடம் குடிகொண்டு இருந்தது. ஆதலின் அவர்க்குள், ‘இவர் உயர்ந்தவர் இவர் தாழ்ந்தவர்’ என்று கூறுவதற்கில்லை. எனவே, இருவரும் எவ்வித வேறு பாடும் அற்றவராய்ப் படிப்பதிலும் பேசுவதிலும் தர்க்கமாடுவதிலும் பாடுவதிலும் ஆடுவதிலும் ஒத்த உணர்ச்சி உடையவராக இருந்தனர்.

பா-விருந்து

கண்ணகி பாக்கள் இயற்றலில் வல்லவள். அவள் இயற்கைக் காட்சிகளைக் கண்டு கண்டு, இயற்கை அழகில் தோய்ந்து தோய்ந்து தன்னை மறந்திருத்தல் வழக்கம். அல்வாறே தெய்வ பக்தியிலும் அவள் மெய் மறந்து இருப்பதுண்டு. கண்ணகி, தன் உள்ளம் கவர்ந்த இயற்கைப் பொருள்களைப் பற்றியும் கடவுளைப் பற்றியும் பாக்கள் பாடுதல் வழக்கம். கண்ணகி ‘வெண்பாக்கள்’ பாடுவதில் விருப்பம் கொண்டவள். பலவகைப் பாக்களில் அவளது உள்ளத்தைக் கவர்ந்தது வெண்பாவே ஆகும். இங்ஙனம் கண்ணகி குழைந்த

அன்பினாற் பாடும் செய்யுட்களைக் கோவலன் படித்தும், கண்ணகி பாடக் கேட்டும் இன்பக கடலில் மூழ்குவான்.

இசை - விருந்து

கண்ணகி யாழ் வாசிப்பதில் தேர்ச்சி பெற்றவள். கோவலனும் அக்கருவி மீட்டிப் பாடுதலில் வல்லவன். அதனால், அவர்கள் அடிக்கடி யாழ் வாசித்துப் பாடுதலில் ஈடுபட்டு இருந்தனர். அக் காலததில் தமிழ்ப் பண்புகள் வழக்கில் இருந்தன. அவை குரல் துத்தம், கைக்கிளை, இளி, உழை, விளரி, தாரம் என்று ஏழாகும். இவை ஏழ் இசை எனபபடும். இந்த ஏழிசையிலும் கண்ணகியும் கோவலனும் வல்லவராக விளங்கினர். கண்ணகி யாழை மீட்டிக் குரல் எடுத்துப் பாடும்பொழுது கோவலன இசை இன் பத்தில் ஈடுபட்டிருப்பான். அவ்வாறே அவன் யாழ் இசைத்துப் பாடுங்கால் கண்ணகி பரவசமாதல் வழக்கம்.

நலம் பாராட்டல்

இவ்வாறு ஒத்த கருத்தும் ஒத்த செயலும் உடைய மணமக்கள் உயிரும உடம்பும் போலவும் நகமும் தசையும் போலவும் மலரும் மணமும் போலவும் வாழ்ந்து வந்தனர். கண்ணகியின் குண நலங்களில் ஈடுபட்ட கோவலன் அவளை,

"மாசறு பொன்னே! வலம்புரி முத்தே
காசறு விரையே கரும்பே தேனே !

அரும்பெறற் பாவாய்! ஆருயிர் மருந்தே!
பெருங்குடி வாணிகன் பெருமட மகளே!
மலையிடைப் பிறவா மணியே! என்கோ?
அலையிடைப் பிறவா அமிழ்தே என்கோ!
யாழிடைப் பிறவா இசையே! என்கோ
தாழிருங் கூந்தல் தையல்! நின்னை"

என்று நாள்தோறும் பாராட்டுவான் ஆயினன்.

கண்ணகி, தன் மாளிகை தேடிவந்த இல்லறத் தார்க்கும் துறவறத்தார்க்கும் இன்முகம் காட்டி விருந்தூட்டி உபசரித்து வந்தாள். அதனால் எல்லோரும் அவளது இல்லறப் பண்பைப் பாராட்டி வாழ்த்துவார் ஆயினர்.

4. மாதவி நடனம்

இசை—நடனம் நாடகம்

காவிரிப்பூம்பட்டினத்தில் நாடக அரங்கம் நடன அரங்கம், இசை அரங்கம் எனப் பலவகை அரங்கங்கள் இருந்தன. அவற்றில் அடிக்கடி நாடகங்கள், நடன வகைகள், இசைவிருந்து என்பன நடைபெற்று வந்தன. பூம்புகார் நகரம் சோழ நாட்டின் தலைநகரம் ஆதலால் அங்கு நாடகம் முதலிய இன்பக் கலைகளில் வல்லவர் பலர் நிலையாக வாழ்ந்து வந்தனர். இந்த இன்பக் கலைகளில் ஈடுபட்டிருந்தவர் ‘நாடகக் கணிகையர்’ எனப்பட்டனர். அவர்கள் ஓர் ஆடவரை மணந்து கொள்வதும் உண்டு; மணந்து கொள்ளாமல் தனி வாழ்க்கை நடத்துதலும உண்டு. அம்மகளிர்க்கு நாடகம் கற்பிக்க நடன ஆசிரியர் பலர் இருந்தனர் நடனம் பயிற்றுவிக்க நடன ஆசிரியர் பலர் இருந்தனர்; இசையைக் கற்பிக்க இசை ஆசிரியர் பலர் இருத்தனர். இந்தப் பலவகைக் கலைகளைப் போதிக்கும் ஆசிரியர்கள் பரம்பரையாகவே இக் கலைகளில் பண்பட்ட புலமை பெற்றவர் ஆவர்.

சித்திராபதி

பூம்புகாரில் கணிகையர் தெருக்கள் சில இருந்தன. அவற்றில் ஒன்று முதல்தர நாடகக் கணிகையர் தெருவாகும். அத்தெருவில் இருந்த கணிகையருள் புகழ்பெற்று இருந்தவள் சித்திராபதி என்பவள். அவள் ஆடல் பாடல்களில் வல்லவள்; அவற்றில் நீண்ட காலம் பயிற்சி உடையவள், சாத்திர முறையில் அணுவளவேனும் தவறாதபடி நடிக்க வல்லவள். அவள் நடனத்தைப் பார்க்க பூம்புகார் மக்கள் பெருங் கூட்டமாகக் கூடுவர். அவளைப் பற்றி சோழ நாடு முழுவதிலும் இருந்த மக்கள் நன்கு அறிந்திருந்தனர். சோழ அரசன் அவளது நடனத் திறனைப் பல முறை பாராட்டி மகிழ்ந் தான.

மாதவி

இவ்வாறு ஈடும் எடுப்பும் அற்ற நடிக மாதாக விளங்கிய சித்திராபதிக்குத் தவமகள் ஒருத்தி இருந்தாள். அவள் பெயர் மாதவி என்பது. அவள் தன்னைப் போல நடனக் கலையில் பெரும் புலமை பெறவேண்டும் என்பது சித்திராபதியின் விருப்பம். அதனால், அவள் பண்பட்ட நடன ஆசிரியரை வைத்து மாதவிக்கு நடனப்

பயிற்சி அளிக்கத் தொடங்கினாள். இப்பயிற்சி மாதவியின் ஐந்தாம் வயதிலிருந்தே தொடக்கம் ஆயிற்று. மாதவி ஏழு ஆண்டுகள் பயிற்சி பெற்றாள்; நடனக் கலைத்தொடர்பான நுட்பங்கள் எல்லாவற்றையும் தெளிவாகத் தெரிந்து கொண்டாள்.

மாதவி-பேரழகி

மாதவிக்கு வயது பன்னிரண்டு ஆனது. அவள் கட்டழகுடன் காணப்பட்டாள். அவளது கூந்தல், திறத்தில் கருநாவல் பழத்தை ஒத்திருந்தது. அவளுடைய கண்கள் அகன்று சிவந்த ரேகைகளைப் பெற்றிருந்தன; புருவம் வான் வில்லைப் போல வளைந்து மயிர் அடர்ந்து இருந்தது. அம் மங்கையின் முகம் அகன்று மலர்ந்த தாமரை மலரை ஒத். திருந்தது. அவள் மூக்குக் குமிழம் பூவைப் போல இருந்தது; பல் வரிசைகள் முத்து வரிசைப் போலக் காணபபட்டன. அவளுடைய உதடுகள் கொல்வைக் கனிபோலச் சிவந்து இருந்தன. அவள் பேச்சு கிளிகொஞ்சுவதுபோல இருந்தது. அவளது நடை அன்னப் பறவைகளின் அழகிய நடையை ஒத்திருந்தது .

அரங்கேற்றம்

நடனப் பயிற்சி பெற்று முடிந்தபிறகு, பயிற்சி பெற்ற கணிகை அரசன், பிரபுக்கள் முதலிய பெரு, மக்கள் முன்னிலையில் முதல்முதல நடனம செய் தல ஒரு வழக்கம ஆகும். அது மிக்க சிறப்புடன் கொண்டாடப்படும் அஃது அரங்கு ஏற்றம்' எனப்படும். அன்றைய நடனம் சிறநத முறையில் ஆடப் படின், அக்கணிகைக்கு அரசன் பரிசளிப்பான்; பிரபுக்களும் பரிசளிப்பர்; அவள் பெயர் நல்ல முறையில் நகரம் எங்கும் பரவும். அரசர், பிரபுக்கள் இவர்கள் வீட்டு விசேடங்களில் வந்து நடிப்பதற்கும் அவளுக்குச் சந்தர்ப்பம் அளிக்கப்படும். சுருங்கக்கூறின், அரங்கேற்று விழா அக் கணிகையது எதிர்கால வாழ்வினைத் தீர்மானிப்பது என்னலாம்.

இத்தகைய முறையில் மாதவியும் தனது தடணத் திறமையை உலகத்திற்குக் காட்ட வேண்டியவள். ஆனாள். அரங்கேற்றத்திற்கு ஒரு நாள் குறிக்கப்பட்டது. ''புகழ்பெற்ற நடிகப் பெண்மணியான சித்திராபதி மகளான மாதவி நடனம் ஆடப் போகிறாள்'' என்ற செய்தி நகரம் எங்கும் பரவியது.

நடன அரங்கம்

மாதவியின் நடன அரங்கேற்றத்திற்காகப் பெரிய நடன அரங்கம் ஒன்று தேர்ந்தெடுக்கப்பட்டது. அங்கு நடனமேடை தனிச்சிறப்புச் செய்யப்பட்டது. நீங்கள் இக்கால நாடக மேடைகளைப் பார்த்திருக்கிறீர்கள் அல்லவா; அது போலவே அந்த நடன அரங்கமும் இருந்தது. மேடையில் கணிகை நடிப்பதற்கு அகன்ற இடம் இருந்தது. நடிப்பவளுக்குப் பின்பக்கம் நடன ஆசிரியர்களும் இசை ஆசிரியர்களும் நின்று துணை செய்ய வசதியாக இடம் இருந்தது, மேடைக்கு எதிரில் அரசர், அமைச்சர், பிரபுக்கள் அமரத்தக்க உயர்தர ஆசனங்களும் அவற்றுக்குப் பின்புறம் அலுவலர், பொது மக்கள் முதலியோர் இருக்கத் தக்க ஆசனங்களும் முறைப்படிப் போடப் பட்டிருந்தன.

நடன மண்டபம்

அரங்கேற்றத்திற்கு உரியநாள் வந்தது. அன்று, முன் சொன்ன நடன அரங்கம் சிறந்த முறையில் ஒப்பனை செய்யப்பட்டது. நகரம் எங்கும் தோரணங்கள் கட்டப்பட்டன. ஊர்ச் சிறுவர் அரங்கின் ஒப்பனையைக் காணக் காலை முதல் அணியணியாக வந்து கொண்டிருந்தனர். அன்று நகரம் எங்கும் ஒரே பரபரப்பாகக் காணப்பட்டது. கணிகையர் தெருக்களில் இருந்த கணிகையர் அனைவரும் நடன மண்டபத்திற் கூடிவிட்டனர். குறித்த நேரத்திற்கு முன்பே நகரத்தில் இருந்த பிரபுக்கள். அரசியல் அலுவலர்கள், வணிகப் பெருமக்கள் முதலியோர் மண்டபத்தில் குழுமி இருந்தனர்.

மாதவி அலங்காரம்

அந்த நல்ல நாளில் சித்திராபதி தன் குல தெய்வத்திற்குப் பூசையிட்டாள்; தன் தவமகளான மாதவி அன்று அவையிற் சிறப்புப் பெற வேண்டும். என்று தெய்வத்தை வேண்டினாள்; மாதவியை மங்கல நீரில் நீராட்டினாள்; நடிக மாதர் அணியத் தக்க நவமணி மாலைகளையும் பிற உயர்ந்த நகைகளையும் அணிவித்தாள்; உயர்ந்த பட்டாடையை இடையிற் சுற்றினாள்; இவ்வாறு கண்டார் வியந்து பாராட்டத்தக்க முறையில் சிறந்த ஒப்பனை செய்வித்தாள்.

நடன மேடை

அரங்கேற்றத்திற்குக் குறித்த நேரம் வந்தது சோழ வேந்தன் தலைமையில் பேரவை கூடியது. யாவரும் ஆவலோடு மேடையை நோக்கினர். அங்குப் புகழ்பெற்ற சித்திராபதி தோன்றினாள். அவளுடன் இசை ஆசிரியன், மத்தளம்,யாழ், குழல் முதலிய பல வகை வாத்தியம் வல்லுநர் காட்சி அளித்தனர். மாதவிக்கு ஆடல் பயிற்றுவித்த ஆடல் ஆசிரியனும் அங்கு இருந்தான். அவையினர் இமை கொட்டாது மாதவி வருகையை எதிர் நோக்கினர்.

அரங்கேற்றம்

நடிப்புக்கேற்ற நேரம் வந்தது. பேரழகியான மாதவி அவையோர் கண்டுகளிக்க மேடைமீது தோன்றினாள்; பலவகை இன்னிசை வாத்தியங்கள் ஒலித்தன: இசையாசிரியர் இனிய குரல் எடுத்துப் பாடினர்; மாதவி ஒழுங்குமுறை தவறாது கண்டார் வியக்குமாறு அற்புதமாக நடனம் செய்தாள். அவள் ஆடிக் காட்டிய நடன வகைகளைக் கண்ணுற்ற அவையோர் மிக்க மகிழ்ச்சி அடைந்தனர்.

நடன அரசி

சோழர் பெருமான் எழுந்து மாதவியின் நடனத் திறமையைப் பாராட்டிப் பேசி, ‘நடண் அரசி’ என்பதற்கு அடையாளமான ‘தலைக்கோல்’ என்ற மணிகள் பதித்த கோல் ஒன்றை அவளுக்குத் தந்தான்; ஆயிரத்து எண் கழஞ்சு பொன்னையும் பரிசாக அளித்தான்; பசும்பொன் மாலை ஒன்றையும் பரிசளித்தான். யாவரும் மாதவியின் நடனச் சிறப்பைப் பாராட்டி மகிழ்ந்தனர். அன்றுமுதல் மாதவி ‘நடன அரசி’ என மாநகரத்தாரால் பாராட்டப்பட்டாள்.

5. கோவலனும் மாதவியும்

கோவலன் மனமாற்றம்

அரங்கேற்றம் நடந்த அன்று மாலை கோவலன் கடைத்தெருவில் தன் நண்பர்களுடன் மாதவியின் நடனச் சிறப்பைப் பாராட்டிப் பேசிக் கொண்டு இருந்தான். அப்பொழுது அங்குச் சித்திராபதி அனுப்பிய தோழி ஒருத்தி வந்தாள். அவள் கையிற் சோழ அரசன் மாதவிக்குப் பரிசளித்த மாலை இருந்தது. அவள் "இதனை ஆயிரத்தெண்கழஞ்சு பொன் தந்து விலையாகப் பெறுபவர் மாதவிக்குக் கணவராகத் தகுவர்" என்றாள். ஊழ்வினை வசத்தால் கோவலன் ஆயிரத்து எண் கழஞ்சு பொன்னைத் தந்து அந்த மாலையை வாங்கிக் கொண்டான்; அத்தோழியுடன் மாதவியின் மாளிகையை அடைந்தான்; தான் வாங்கிய மாலையை அவள் கழுத்தில் அணிவித்து மகிழ்ந்தான்; அன்றுமுதல் மாதவியுடன் உறைவான் ஆயினன்.

கணவனைப் பிரிந்த கண்ணகி

தன் உயிர் அனைய காதலன் மாதவி என்னும் நாடக மகளுடன் நட்புக் கொண்டதைக் கண்ணகி அறிந்தாள். அவள் மனம் என்ன பாடுபட்டிருக்கு.? அவள் காதலன் பிரிந்த நாள் முதல் கால்களில் சிலம்பை அணிவதில்லை; மேகலாபரணத்தைக் கழற்றிவிட்டாள். அவள் காதுகள் குழைகளைத் துறந்தன; செங்கயல் நெடுங்கண் அஞ்சனம் மறந்தது; ஒளி பொருந்திய நெற்றி திலகப் பொட்டை இழந்தது; நீண்ட கருங்கூந்தல் எண் ணெயையும் பூவினையும் மறந்தது; அவள் கண்கள் உறக்கத்தை மறந்தன; அவளது புன்னகையைக் கோவலன் இழந்தான். கண்ணகி சிறந்த கற்புடைய மங்கை ஆதலின், கணவன் இல்லாவிடினும் இல்லற நெறி வழுவாமல் இருந்து வந்தாள்; விருந்தினரை உபசரித்தாள்; தன்னை அவ்வப்பொழுது காணவரும் தன் மாமன், மாமி இவர் தம் மனம்வருந்தும் என்று அஞ்சித் தன் வருத்தத்தை மறைத்து வந்தாள். அதனைக் குறிப்பாக உணர்ந்த கோவலனுடைய பெற்றோர் சொல்லொணாத் துயர் உற்று வருந்தினர்.

கற்புக்கரசி

தம் மருமகன் நாடகக் கணிகையின் சேர்க்கையில் ஈடுபட்டு இருந்ததைக் கண்ணகியின் பெற்றோர் அறிந்தனர்; அறிந்து என் செய்வது? அவர்கள் அடிக்கடி வந்து தம்செல்வ மகளைக் கண்டு போயினர். உத்தமபத்தினியாகிய கண்ணகி தன் பெற்றோரிடமும் தன் மனவருத்தத்தைக் காட்டாது மலர் முகத்துடன் நடந்துகொண்டாள். அப்பெரு மகளது சிறந்த ஒழுக்கத்தைக் கண்ட உற்றாரும் உறவினரும் அவளைக் கற்புக்கரசி' என்று பாராட்டினர்.

இந்திரா விழா

இவ்வாறு கண்ணகி கணவனைப்பிரிந்து துயர் உறும் பொழுது, அவளது நினைப்பே கடுகளவும் இல்லாமல் கோவலன் மாதவியின் மாளிகையில் காலம் கழித்து வந்தான். இங்ஙணம் வாழ்ந்து வருகையில், சித்திரை மாதத்தில் ஆண்டுதோறும் இந்திர விழாத் தொடக்கம் ஆயிற்று.

முசுகுந்தன் என்ற சோழ அரசன் கால முதல் காவிரிப்பூம்பட்டினத்தில் இந்திர விழா ஆண்டு தோறும் நடைபெற்று வந்தது. அவ்விழா இருபத் தெட்டு நாட்கள் நடைபெற்றது. அந்த நாட்களில் தமிழ் நாட்டுப் பல பகுதிகளிலிருந்து மக்கள் பூம்புகார்க்கு வந்து விழாவில் கலந்து கொண்டனர். பல சமய வாதிகளும் புகார் நகரத்திற் கூடிச் சமயப் பிரசாரம் செய்தனர். நகரம் முழுவதும் கண் கொள்ளாக் காட்சியைத் தந்தது. விழாவின் கடை நாளில் நகரமாந்தர் அனைவரும் தத்தம் பரிவாரங்களுடன் கடலில் நீராடிச் சென்றனர்.

கடற்கரையில் பாட்டு

கோவலனும் மாதவியுடன் கடலாடச் சென்றான். இருவரும் நீராடித் தனி இடம் ஒன்றில் தங்கினர். அப்பொழுது கோவலன் யாழை எடுத்து இன்பப் பாடல் ஒன்றைப் பாடினான். அப்பாடல் காவிரியாற்றைப் பற்றியப்பாடல். காவிரி என்ற உன்னை மணந்த சோழன் கங்கை என்னும் வேறொருத்தியை மணந்தாலும், நீ அதற்காக அவனைக் கோபிப்பதில்லை. உனது கற்பின் சிறப்பே உன் மன அமைதிக்குக் காரணமாகும்" என்னும் பொருள் கொண்டது.அப்பாடல். மாதவி, ஊழ்வினை வசத்தால், இதனைத் தவறாகக் கருதினாள்; கோவலன் வேறொரு பெண்மீது அன்பு,

கொண்டான் என்று எண்ணினாள். அதனால் அவள் யாழை வாங்கித் தான் ஒரு பாட்டுப் பாடினாள், காவிரி'' என்னும் பெண்ணாகிய நீ சிறந்தவளாக இருப்பதற்குக் காரணம், உன் கணவனாகிய சோழனது சிறந்த ஒழுக்கமே காரணம். ஆதலின், உன் கணவனை வாழ்த்துகிறேன்.'' என்னும் பொருள் கொண்டது அப்பாடல்.

கோவலன் மாதவியைத் துறத்தல்

மாதவி பாடிய பாடலைக் கேட்டு கோவலன் சினங்கொண்டான், 'இவள் வேறு ஆடவனிடம் விருப்பம் கொண்டிருக்கிறாள் போலும்' என்று தவறாக எண்ணி விட்டான்; உடனே அவன் முகம் சிவந்தது; உதடுகள் துடிதுடித்தன; விழிகள் சிவத்தன; ஆசனத்தை விட்டு எழுந்தான். கோவலன் படபடப்பைக் கண்ட மாதவிக்கு ஒன்றும் விளங்கவில்லை. அவள் அவனை அச்சத்தோடு நோக்கினாள். சினத்தில் தன்னை மறந்த கோவலன் மாதவியை நோக்கி, ''வஞ்சக எண்ணம் கொண்டவர் நாடக மகளிர் என்று சான்றோர் கூறியது உண்மை என்பதை இப்பொழுது உணர்ந்தேன். நீ என்னை உண்மையாகக் காதலிக்கின்றாய் என்று. எண்ணினேன்; அதனால் என் ஆருயிர்த் துணைவியாகிய கண்ணகியை மறந்தேன்; அவளைக் கண் கலங்கவிட்டு உன்னுடன் நாளைப் போக்கினேன். அம்மட்டோ! எனது முன்னோர் தேடி வைத்த குன்றம் அனைய செல்வத்தையும் உனக்குத் தோற்றேன். நீ என்னிடம் பொய்வேடம் கொண்டு நடித்தனை என்பதை உன் பாட்டுப் பலப்படுத்திவிட்டது. போதும் உனது நட்பு. நான் செல். கிறேன் இனி உனது முகத்தில் விழிப்பதில்லை,'' என்று சினந்து கூறி அகன்றான்.

கோவலன் வேறுப்பு

மாதவி அவன் சீநீற்றவுரை கேட்டு, இடியோசை கேட்ட நாகம்போல்' ஆனாள். அவள் விதியை. நொந்தவண்ணம் தன் மாளிகை சென்றாள்; அன்று மாலை, கோவலன் பிரிவாற்றாமையால் அவனுக்கு ஒரு கடிதம் எழுத நினைத்தாள்; தாழை, மடலில் எழுதி, வசந்தமாலை என்ற தோழியிடம் அதனைக் கொடுத்து அனுப்பினாள். அவள் கடைத் தெருவில் இருந்த கோவலனைச் சந்தித்து, மாதவியின் துன்ப நிலையைக் கூறிக் கடிதத்தை நீட்டினாள். கோவலன் அக்கடிதத்தை வாங்காமல் 'ஆடல் மகள் பொய்யை மெய்போல நடிப்பதில் வல்லவள்,'' என்று கூறி அகன்றான். அவன் கூற்றை வசந்த மாலை கூறக் கேட்ட மாதவி மனம் வருந்திக் கட்டிலிற் சாய்நதாள்.

6. மதுரைப் பிரயாணம்

கண்ணகி கண்ட கனவு

மாதவியை விட்டுப் பிரிந்த கோவலன் எங்குச் சென்றான்? அவன் நேரே கண்ணகி இருந்த மாளிகையை நோக்கிச் சென்றான். அவன் சென்று கொண்டிருந்த பொழுது, கண்ணகி தன் பார்ப்பன தோழியான தேவந்தி என்பவளிடம் தான் கண்ட கனவைப் பற்றிக் கூறிக் கொண்டிருந்தாள்;[5] "தோழி, நானும் என் கணவனும் ஒரு பெரிய நகரத்திற் புகுந்தோம். அங்கு வீண்பழி ஒன்றை என் கணவர் மேல் சுமத்தி அவருக்குத் தீங்கு இழைக்கப்பட்டது. பின்னர், யான் அந்நகரக் காவலன் முன்சென்று வழக்குரைத்தேன். ஆதலால், அவ்வரசனுக்கும் அவ்வூருக்கும் தீங்கு நேரிட்டது. இக்கனவு தீக்கனவு ஆதலின் நினக்குயான் சொல்லாதிருந்தேன். இவ்வாறு தீவினையுற்ற என்னுடன் பொருந்திய கணவனுடனே யான்பெற்ற நல்ல திறத்தை நீ கேட்பாய் ஆயின், அது நினக்கு நகையைத் தரும்" என்றாள்.

'தெய்வம் தொழாள்'

அதுகேட்ட தேவந்தி, "அம்மா. நீ வருந்தாதே. காவிரி கடலோடு கலக்கும் இடத்தில் இரண்டு. குளங்கள் இருக்கின்றன. அவை சோமகுண்டம் சூரிய குண்டம' என்னும் பெயர்களைப் பெற்றவை. அக்குளங்களில் நீராடி மன மதன் கோயிலிற் சென்று வழிபடுக; அங்ங்ணம் நீராடி வழிபட்டவர் இமமையிலும் மறுமையிலும் கணவனுடன் இன்பமாக வாழ்வர்" என்றாள். கண்ணகி நகைதது, "அங்ங்ணம் துறைமூழ்கித் தெயவம தொழுதல் எங்கடகு இயலபன்று," என்று சொல்லி இருந்தாள்.

கண்ணகி அன்பு

அவ்வமயம் கோவலன் அங்குத தோன்றினான். அவனைக் கண்ட தேவந்தி தன அறைக்குச் சென்று விட்டாள். கோவலன், தன் பிரிவினால் வாட்டம் அடைந்த கண்ணகியைக கண்டு மனம் வருநதி, "யான் தவறான ஒழுக்கததில ஈடுபடட த. னால முன்னோர் தேடிய பொருளை எலலாம் தொலைத்து வறுமையுற்றேன்.

---

[5] கணவனுடன் சுவர்க்கம் புகுவதாகக் கனவிற் கண்டமை.

இதநிலை எனக்கு. நாணதன்த்த் தருகின்றது'' என்றான மாதவிக்குத் தரத் தன்னிடம் பொருள் இலலை ஆதலன் இங்ங்ணம் மனம் வருந்திக் கூறுகிறான்' எனறு கணணகி கருதினாள். அதனால அவள் புன்னகை புரிந்து, இன்னும என் காற்சிலம்புகள் இருக்கன் றன. அவற்றைக் கொள்க: என்றாள்.

கோவலன் யோசனை

உடனே கோவலன, பெண்ணே, நாம் வேற்றூர்க்கு செல்லலாம். அங்குச் சென்று உன்சிலம்பை விற்றுவரும் பணத்தை முதலாகக் கொண்டு வாணிகம் செய்து. இழந்த பொருளை ஈடுசெய்யலாம். இன்று இரவின் கடையாமத்தில் நீ என்னுடன் வருக; நாம் பீடுமிக்க மாட மதுரைக்குச் செல்வோம்' என்றான். கண்ணகி கற்புடை மடந்தை ஆதலின் கணவன் விருப்பப்படி மதுரை செல்ல உடன்பட்டாள்.

30

கோவலன் — கண்ணகி மதுரைப் பிரயாணம்

புகாரிலிருந்து உறையூர் வரை

கண்ணகியும் கோவலனும் மறுநாள் விடியற் காலையில் ஒருவர்க்கும் தெரியாமல் பூம்புகாரிலிருந்து புறப்பட்டு மதுரையை நோக்கி வழி நடந்தனர்; வணிக அரசன் மகளாகப்பிறந்து மற்றொரு வணிக அரசன் மகனுக்கு மனைவியாகி வழி நடந்து அறியாத உத்தமி கால் கடுக்க வழி நடந்தாள் அவளது வழிநடைத் துன்பத்தை மாற்றக் கோவலன் பல செய்திகளைக் கூறிக் கொண்டே வழி நடந்தான். இருவரும் பல இடங்களில் தங்கித் தங்கி நடந்தனர்; நடந்து சீரங்கத்தை அடைந்தனர்; அங்கிருந்த சோலையில் மாதவர் இருந்து சமய ஆராய்ச்சி செய்து கொண்டிருந்தனர் அங்கு இருந்தவருள் கவுந்தி அடிகள் என்ற பெண் துறவி யார் கோவலனையும் கண்ணகியையும் அன்புடன் வரவேற்றனர்; அவர்கள் வரலாற்றைக் கேட்டு அறிந்து ஆறுதல் கூறினர். மறுநாள் அவரும் அவர்களோடு மதுரை செல்லப் புறப்பட்டனர்; புறப்பட்டு வழி நடந்து உறையூரில் தங்கினர்.

மூன்று வழிகள்

மறுநாள் அவர்கள் உறையூறைவிட்டு மதுரை நோக்கி நடக்கலாயினர்; நடுப்பகலில் ஒரு சோலையில் தங்கி இளைப்பாறினர். அப்பொழுது அங்கு. மறையவன் ஒருவன் பாண்டியனை வாழ்த்திக் கொண்டு வந்தான். அவன் சேர நாட்டவன்; மாங்காடு என்ற ஊரினன்: வேங்கடத்தில் திருமாலைத் தரிசித்துவிட்டுச் சீரங்கம் வந்தான்; அங்கு பெருமாளைச் சேவித்துக் கொண்டு வந்தான். அவன், "இங்குள்ள பாலைநிலத்தைக் கொம்பாளூர் வழியே கடந்து சென்றால், மூன்று வழிகள் செல்வதைக் காண்பீர்கள். வலப்பக்க வழி பாண்டியனது சிறுமலைத் தொடர் வழியாக மதுரைக்குச் செல்லும்; இடப்பக்க வழியில் காடுகள் பலவாகும்; அவற்றைக் கடந்து அழகர் மலைப் பக்கமாகச் சென்றால் மதுரையை அடையலாம்; நடுவழியில் செல்லல் நல்லது; ஆயின் அங்கு ஒரு தெயவம மாறுவேடம் இட்டு வந்து மயக்கும்; எசசரிக்கையாகச் செல்லுங்கள்" என்று கூறி அகன றான்.

தேவதையின் விளையாட்டு

பின்னர் மூவரும் நடுவழியிற் சென்றனர்; கோவலன் தண்ணிர் கொண்டு வரத் தனியே சென்றான், அப்பொழுது அங்கு,

மறையவன உரைத்த தெய்வம் வசந்தமாலை வடிவத்தில் தோன்றியது; தோன்றி மாதவியைப் பற்றி கோவலனிடம் பேசியது. கோவலன் உடனே இது தேவதை' எனபதை எண்ணி, மந்திரம் செபித்தான். அஃது அவ்வளவில் மறைந்தது. பின்னர்க் கோவலன் மற்ற இருவருடன் வழிநடந்து பாலை நிலத் தேவதையாகிய துர்க்கையின் கோயிலை அடைந்தனன்.

கண்ணகியைப் புகழ்தல்

அப்பொழுது துர்க்கை அம்மனுக்கு மறவர் பலியிட்டு வழிபட்டனர். அங்குத் தெய்வம் ஏறிய ஒருத்தி, கண்ணகியைச் சுட்டி, "இவள் கொங்கச் செல்வி; குடமலையாட்டி; தென் தமிழ்ப்பாவை: செய்தவக் கொழுந்து; உலகிற்கு ஒரு மாமணியாய் ஓங்கிய திருமாமணி' எனக் கூறினாள். கண்ணகி அப்புகழுரைக்கு நாணிக் கணவன் பின் சென்று நின்றாள்.

கௌசிகன் தூது

பின்னர் மூவரும் அக்கோவிலை விட்டு புறப் பட்டு வழி நடந்தனர்; வழியில் மறையவர் வாழ்பதியில் தங்கினர். கோவலன் இருவருக்கும் தண்ணிர் கொண்டு வரப் போனான். அங்குக் கௌசிகன் என்ற பார்ப்பனன் எதிர்ப்பட்டு, "நின் பிரிவால நின் பெற்றோரும் சுற்றத்தவரும் பெருந்துயர் உறுகின்றனர்; நின் பிரிவினால் மாதவி நோய்வாய்ப்பட்டுக் கிடக்கின்றாள்; நினக்கு இக்கடிதம் எழுதிக் கொடுத்தாள்" என்று கூறிக் கடிதம் தந்தான். கோவலன் அக்கடிதத்தைப் பிரித்துப் படித்தான்: அக்கடிதம் காதலி காதல னுக்கு எழுதுவது போலவும் மகன் பெற்றோர்க்கு எழுதுவது போலவும் பொதுப்பட அமைந் திருநதது. அதனால் கோவலன் அதனைத்தான் எழுதியதாகக் கூறித் தன் பெற்றோரிடம் தருமாறு வேண்டி அகன்றான்.

புறஞ்சேரியில் தங்குதல்

பிறகு கோவலன் முதலிய மூவரும் வழிநடந்து பீடுமிக்க மாட மதுரையை நெருங்கினர்; நெருங்கி வாழ்ந்த நகர்ப்புறத்தே, ஒரு சோலையில் தங்கினர்.

7. மதுரை மாநகரம்

மதுரைத் தென்றல்

மதுரை மாநகர்க்குச் சிறிது தூரத்திலேயே ‘மதுரைத் தென்றல்’ வீசியதைக் கோவலன் முதலிய மூவரும் அநுபவித்தனர். அஃது அகில் சாந்தம், குங்குமச் சாந்தம், சந்தனச் சாந்தம், கஸ்தூரிச் சாந்தம் முதலிய சேற்றில் படிந்து சேர்ந்த கழுநீர் மலர், சண்பக மலர் என்னும் இவற்றால் ஆகிய மாலையோடு குருக்கத்தி மல்லிகை, முல்லை என்னும் மலர்களில் பொருந்தி வீசியது; சமையல் அறைகளில் தாளிப்பு முதலிய புகை, அகன்ற கடை வீதியிடத்து அப்ப வாணிகர் இடைவிடாது சுட்ட அப்ப அகிற் புகையும், மைந் தரும் மகளிரும் மயிர்க்கும் ஆடைககும் மாலைக் கும எடுத்த அகிற் புகையும், யாகசாலை தோறும் ஆகுதி செய்ததால் எழுந்த புகையும் ஆகிய பல வேறுபட்ட புகையைத் தழுவி வீசியது. அத் தென்றல், சங்கப் புலவரது செந்நாவினால் புகழப்பட்ட இச்சிறப்புகளைப் பெற்றிருந்ததால் பொதியில் தென்றல்’ என்பதை விடச் சிறந்து விளங்கியது.

பலவகை ஓசைகள்

இறைவன் திருக்கோவிலிலும் மன்னவன் மணிக்கோவிலிலும் காலை முரசம் முழங்கினதால் உண்டான ஓசை மதுரை மாநகர்க்கு வெளியில் கேட்டது; அந்தணர் நான்மறை ஓதும் ஒசையும், மாதவர் விடியற்காலையில் மந்திரம் ஓதுதலால் எழுந்த ஓசையும், வீரர் தத்தம் வீரத்திற்கு எடுத்த வரிசையையுடைய முரசம் முதலிய நாள் அணி ஓசையும், போர்க் களிறுகளின் முழக்கம், புதியனவாகக் காடுகளிலிலிருந்து பிடித்துக்கொண்டு வந்த யானைகளின் முழக்கமும், பந்திதோறும் நிறை குதிரைகள் போர் நினைந்து ஆலித்த ஒசையும் உழவர் மருத நிலந்தோறும் காலையில் கொட்டியகிணைப்பறை ஒசையும் பிறவகை ஓசைகளும் ஒன்று சேர்ந்து கடல் ஒலிபோல ஒலித்தன.

வையை யாறு

மதுரை மாநகர்க்குத் தன் நன்னீரால் உண்ணிர் உதவும் தாய் போன்றவள் வையை என்னும் பொய்யாக் குலக்கொடி, அவளுக்கு இரண்டு கரைகளிலும் இருந்த குரவம், கோங்கு வேங்கை, வெண்

கடம்பு, சுரபுன்னை, மஞ்சாடி, மருதம், சண்பகம், பாதரி முதலிய மரங்களின் மலர்கள் பூந்துகில்'ஆக விளங்கியது; கரைகளின் உட்பக்கமாக முளைத்திருந்த குருக்கத்தி, செம்முல்லை,முசுட்டை, மோசி மல்லிகை, குட்டிப்பிடவம், இருவாட்சி முதலிய மலர்களும் பூங்கொடிகளும் மேகலை"யாக விளக்க முற்றன; கரைகளில் இருந்து உகுத்த முருக்க மலர்கள் சிவந்த வாயாகக் காட்சி அளித்தது; அருவி நீரோடு ஒயாது வந்த முல்லை அரும்புகள் பற்களாகக் காணப்பட்டன; குறுக்கே மறிந்தும் நெடுக ஓடியும் திரிந்த கயல்மீன்கள் கண்களாக விளங்கின. இரண்டு பக்கங்களிலும் அலைகள் அரித்த கருமணல் கூந்தாலகத் தெரிந்தது. இத்தகைய சிறப் பினையுடைய வையை என்னும் மடமங்கை நாட்டு: மக்களைப் பாதுகாத்ததற்குப் பல பொருள்களையும் விளைத்துத் தரும் ஒழுக்கத்தினை உடையவள்; புலவரால் புகழப்பட்டவள்; தன்னைச் சேர்ந்தவர்க்கு எல்லை இன்றி இன்பம் அளித்தலில் திருமகளை ஒத்தவள்; பருவமழை பொய்யாததாலும் வேற்று வேந்தர் பாண்டிய நாட்டைக் கவராமையாலும் 'தென்னர் குலக்கொடி' எனப் பெயர் பெற்றவள்.

பல கோவில்கள்

மதுரை மாநகரம் பழைய காலத்திலிருந்தே, சமயத்திற்கும் வரலாற்றுக்கும் பெயர் பெற்ற, இடமாகும். அங்குப் பல கோயில்கள் நீண்ட கால மாக இருந்தன. நெற்றிக் கண்ணையுடைய சிவ பிரான் கோயில், கருடக் கொடியை உயர்த்திய, திருமால் கோயில், கலப்பையைக் கொடியில் எழுதப்பெற்ற பலராமன் கோயில், சேவல் கொடி உடைய செவ்வேள் கோயில், மன்னவன. கோயில் அறவோர் பள்ளி முதலியன இருந்தன.

மாநகரம்

மதுரை மாநகரம் ஒருகோட்டை மதிலுக்குள் இருந்தது. அதனைச் சூழ ஆழமான அகழி ஒன்று. இருந்தது. அதற்கு அப்பால் காவற்காடு இருந்தது. கோட்டை வாயிலை யவனர் வாளேந்திக் காத்து. தந்தனர். பாண்டி நாட்டுத் துறைமுக நகரமான தொண்டியில் இறக்குமதியான அகிலும் பட்டும் சந்தனமும் கர்ப்பூரமும் பிறவும் மதுரையில் விற்கப்பட்டன. அங்கங்கு நாடக அரங்குகள் இருந்தன; இசை அரங்குகள் இயங்கின; நடன சாலைகள் காட்சி அளித்தன. சங்கப் புலவர் இனி திருந்து தமிழ் ஆராய்ந்து வந்த மண்டபம் வானுற ஓங்கி வளம்பெற இருந்தது. அரசனது கோவில் நகரத்தின்

நடுவிடத்தில் நடுநாயகமாக விளங்கியது. அதனைச்சூழ அமைச்சர், சேனைத்தலைவர் முதலிய அரசியல் அலுவலாளர் தெருக்கள் இருந்தன. மணத்தைமகிழ்விக்கும் மணமிகு பூஞ்சோலைகள் அங்கங்குக் காட்சி அளித்தன. அச்சோலைகளில் மாலை நேரங்களில் மாநகரத்து ஆடவரும் பெண்டிரும் அன்புடன் அமர்ந்து நற்காற்று நுகர்ந்தனர்.

கடைத்தெரு

மதுரை மாநகரத்துக் கடைத்தெரு மிக்க சிறப்புடையதாகும். அங்கு பலவகை வண்டிகள் செய்து விற்கப்பட்டன. போர் வீரர் அணியத்தக்க கவசங்கள் விற்கப்பட்டன; சீனம் முதலிய வெளிநாடு களிலிருந்து கப்பல்களில் வந்த பட்டுவகைகளும் நவமணிவகைகளும் விற்கப்பட்டன; குந்தம், வேல், வாள் முதலிய பலவகைப் போர்க்கருவிகள் விற்கப்பட்டன; அகில், சந்தனம், குங்குமம், கஸ்தூரி முதலிய வாசனைப் பொருள்களை விற்கக் கடைகள் இருந்தன. பலவகைப் பூக்களைக் கொண்டும் ஒரே வகை மலர்களைக் கொண்டும் பலவகை மாலைகளைக் கட்டி விற்ற கடைகள் காட்சி அளித் தன நெல், தினை, சாமை, தோரை, சோளம், கேழ்வரகு முதலிய கூலவகைகளை விற்ற கடைகள் பல இருந்தன. எள், நெய், தேங்காய், நெய், முத்துக்கொட்டை நெய், பசு நெய் முதலியன விற்கும் நெய்க்கடைகள் பல இருந்தன. பொன்னைக் கொண்டு பலவகை நகைகளைச் செயது விற்ற கடைகள் பலவாகும்; வெள்ளிப் பாத்திரக் கடைகள் பலவாகும்; வெள்ளி நகைக் கடைகள் பல என்னலாம், செம்பு, பித்தளை, ஈயம் முதலிய உலோகங்களால் பலவகைப் பாத்திரங்களைச் செய்து விற்ற கடைகள் ஒரு பால் இருந்தன. இரும்புச் சாமான்களை விற்ற கடைகள் ஒருபக்கம் இருந்தன. எழுதுவதற்கு என்று தயாரிக்கப்பட்ட பனை ஓலைக் கட்டுகளும் எழுத்தாணிகளும். விற்கப்பட்ட கடைகள் மற்றொருபக்கம் இருந்தன. கொற்கையிலிருந்து கொண்டு வரப்பட்ட முத்து. வகைகளை விற்ற கடைகள் பலவாகும். கொடிப் பவளம், பவள மாலைகள் இவற்றை விலை கூறிய கடைகள் பலவாகும்.

இங்ஙனம் பல வளங்களாலும் பொலிவுற்றுத் திகழ்ந்த பீடு மிக்க மாட மதுரையைக் கோவலன் கசன்று கண்டான்.

8. கோவலனும் கண்ணகியும்

அடிகள் அறிவுரை

மாதவர் இருக்கையில் தங்கிய கவுந்தியடிகள் கோவலனின் வருத்தத்தை அகற்ற எண்ணினார். அவர் அவனை அன்புடன் பார்த்து, நீ சென்ற, பிறப்பில் நல்வினையை மிகுதியாகச் செய்தாய்; ஆயினும் சிறிதளவு தீவினையைச் செய்தனை: அதனாற்றான் பெற்றோரையும் மற்றோரையும் விட்டுக் காதலியுடன் வந்து துன்புறுகின்றனை. அருந்தவத்தோர் செய்யும் நல்ல உபதேச மொழி களைக் கேளாமல் தீய செயல்களில் ஈடுபடுபவர் பலராவார். அவர் அத்தீச்செயலால் துன்பத்தை அநுபவிக்கும் பொழுது செயலற்று வருந்துகின்றனர். கற்க வேண்டியவற்றைக் கற்று, அவற்றின் பயனை உணர்ந்த பெரியோர், தீவினைப் பயனாகிய துன்பத்தை அநுபவிக்கும் பொழுது, அதற்காக வருந்தார், இது நாம் செய்த தீவினையால் வந்தது' என்று எண்ணிக் கொள்வார் இத்துன்பம் யாரை விட்டது.

''இராமன் பட்ட பாட்டை நீ அறிவாயா?'' அவன் சீதைக்காக வில்லை வளைத்த துன்பம், பின்னர் அவளைப் பிரிந்ததால் வந்த துன்பம் முதலியவற்றை நீ அறிவாய் அல்லவா! நீ நளன் வரலாற்றை அறிவாய அல்லவா? அவன் சூதாடியது-தன மனைவியுடன் காடு சென்றது-அவளை நள் இருளில் விட்டுப் பிரிந்தது-விஷத்தால் உடல் கரிந்து விகாரத் தோற்றத்தில் இருந்தது முதலியன துன்புறு செயல்கள் அல்லவா? இவை யாவும் தீவினை வசத்தால் வந்தனவாகும். இராமனும் நளனும் தம் நாடு நீங்கிப் புதிய இடங்கள் பலவற்றுக்கும் சென்று சொல்லொணாத் துன்பம் உற்றனர். அவர்களைப்போல நீயும், உற்றார் உறவினரை விட்டுப் புதிய இடத்திற்கு வந்தனை; ஆயினும் நீ இவர்களைப்போல மனைவியை விட்டு பிரியவில்லை என்பதை நினைவிற்கொள். நீ அந்த முறையில் பாக்கியவானே ஆவாய், நீ இனி வருந்தாதே; பாண்டியனது கூடல் நகரத்தில் தங்கி வாணிகம் செய்து வாழ்வு பெறுவாயாக, என்று வாழ்த்தினார்.

மாடலன் வாழ்த்துரை

இவ்வாறு கோவலன் மாதவர் ஆசிரமத்தில் தங்கி இருக்கையில் மாடலன் என்ற மறையவன் அங்கு வந்தான். அவன் பொதிய

மலையை வலம் கொண்டு குமரித்துறையில் நீராடி மதுரையை அடைந்தான். கோவலன் அவனை வணங்கினான்: அம்மறையவன் பூம்புகாரைச் சேர்ந்தவன். அம் மறையவன் கோவலனை ஆசீர்வதித்தான்; ஆசீர்வதித்து அவனை அன்புடன் நோக்கி, “உனக்கு மாதவியிடம் பிறந்த பெண் குழந்தைக்கு மணிமேகலா தெய்வத்தின் பெயரை இட்ட அறிஞனே, நீ வாழ்வாயாக!” நீ இப்பிறவியில் செய்த அரிய செயல்கள் பல. மணிமேகலைக்குப் பெயர் வைத்துக் கொண்டாடிய அன்று மறையவர்க்குப் பொன் தானம் செய்தனை. அம்மறையவருள் ஒருவன் முதியவன். அவன் தள்ளாடிச் சென்று கொண்டிருந்தான்; அப்பொழுது மதயானை ஒன்று பாய்ந்து வந்து அவனைத் தூக்கிச் சென்றது மறையவன் அலறினான். நீ அவனது ஆபத்தான நிலையைக் கண்டு, உடனே பாய்ந்து யானையை அடக்கி அதன் மீது ஏறி அமர்ந்தனை, அமர்ந்து மறையவனை யானைக் கையிலிருந்து காப்பாற்றினை, அச்செயல் செயற்கரும் செயல் ஆகும்.

“மற்றொரு நாள் கீழ் மகன் ஒருவன் பத்தினி ஒருத்தி மீது பொய்ப்பழி கூறினான். அதனை நம்பிய அவள் கணவன் அவளை வெறுத்தான். இங்ஙனம் கணவன்-மனைவியர்க்குள் குழப்பம் உண்டாக்கிய அக்கீழ் மகனை ஒரு பூதம் பற்றித் துன்புறுத்தத் தொடங்கியது. அது கண்ட நீ அவன் படும் துன்ப நிலையைக் காணப்பொறாமல், அப் பூதத்தை நோக்கி ‘என்னைப் பற்றிக் கொண்டு அவனை விடுக’ என்றனை. அப்பொழுது அப்பூதம் கோவல, நீ நல்லவன். இவன் தீயவன். இவனைப்புடைத்து உண்பதே நல்லது. நீ கவலைப்படாதே’ என்று கூறிக் கொன்றது. அது கண்ட நீ மனம் வருந்திச் சென்று அக்கொடியவனுடைய உற்றார் உறவினர்க்கு வேண்டிய அளவு பொருள் ஈந்து பல ஆண்டுகள் காப்பாற்றினை.

“நான் அறிந்த அளவில், நீ இப் பிறவியில் நல்லறமே செய்தனை. அங்ஙனம் இருந்தும், நீ இவ்வாறு மனைவியுடன் வந்து துன்புறுவதற்கு முற்பிறப்பில் செய்த தீவினையே காரணமாக இருத்தல் வேண்டும்,” என்றான்.

கோவலன் கண்ட கனவு

கோவலன் அவனை நோக்கி, “மறையவனே, இன்று வைகறையில் ஒரு கனவு கண்டேன். ஆதலின் விரைந்து பலிக்கக்கூடும். இந்நகரத்தில் ஒரு கீழ் மகனால் எனது கூறை கொள்ளப்பட்டது;

கண்ணகி நடுங்கித் துயர் உற்றாள்; நான் கிடா மீது ஏறினேன்; என் காதலியுடன் பற்றற்றோர் பெறும் பேற்றைப் பெற்றேன். மாதவி மணிமேகலையைப் புத்தபகவானிடம் ஒப்புவித்தாள். இந் நிகழ்ச்சிகள் பலிக்கக்கூடும்'' என்றான்.

மாதரி இல்லம்

அப்பொழுது கவுந்தியடிகளும் மறையவனும், ''நீங்கள் இருவரும் தவசிகள் இருக்கும் இடத்தில் இருத்தல் நன்றன்று? நகருக்குட் புகுந்து தங்குதலே நல்லது'' என்றனர். அவ்வமயம் அங்கு மாதரி என்ற இடைக்குல முதியாள் வந்தாள். வந்து கவுந்தி அடிகளைப் பணிந்தாள். உடனே 'அடிகள் அவளை அன்புடன் நோக்கி, ''நீ குற்றமற்ற முதியவள் உன்னிடம் என் மக்கள் அனைய இவ்விருவரையும் ஒப்படைக்கின்றேன். இவர்கள் பூம்புகார் வணிகப் பெருமக்கள் மரபினர். ஊழ்வலியால் இங்கு வாணிகம் செய்து பிழைக்க வந்துளர். இரண்டொரு நாள் வரை நின் பாதுகாவலில் இருப்பர்; பின்னர் வேறு இடம் பார்த்துச் செல்வர். அதுவரை இவ்விளை யாளைப் பாதுகாத்தல் நினது கடமையாகும்,'' என்றார். மாதரி அதற்கு இசைந்து கோவலனையும் கண்ணகியையும் அழைத்துச் சென்றாள்.

பிரியா விடை

மறுநாள் கண்ணகி தன் கையால் புதிய மட் கலங்களில் சமையல் செய்தாள்; அன்று கோவலன் மிக்க மகிழ்ச்சியுடன் உண்டான்; சிறந்த பத்தினியாகிய அவளை மனம் வருந்தவிட்டு மாதவியுடன் வாழ்ந்ததை எண்ணி வருந்தினான்; வருந்தி, அவளது அன்பிற்கு உள்ளம் உருகி,

''குடிமுதல் சுற்றமும் குற்றினை யோரும்
அடியோர் பாங்கும் ஆயமும் நீங்கி
நாணமும் மடனும் நல்லோர் ஏத்தும்
பேணிய கற்பும் பெருந்துணை யாக
என்னோடு போந்தீங்கு என்துயர் சளைந்த
பொன்னே!கொடியே! புனைபூங் கோதாய்!
நாணின் பாவாய்! நீள் நில விளக்கே!
கற்பின் கொழுந்தே; பொற்பின் செல்வி!"

என்று அவளைப் பலவாறு பாராட்டினான்; பின்னர் அவளது சிலம்புகளில் ஒன்றைப் பெற்று, அவளிடம் பிரியாவிடை பெற்றுச் சென்றான்.

9. கோவலன் கொல்லப்படுதல்

அபசகுனம்

இங்ஙனம் கோவலன் வீட்டை விட்டு வெளிப்பட்டதும் அவனைக் காளை ஒன்று எதிர்த்துப் பாய வந்தது அஃது அபசகுனம் என்பதைக் கோவலன் அறியான்; ஆதலால் கடைத்தெருவை நோக்கிக் கடுகி நடந்தான்.

பொற்கொல்லன்

கோவலன் கடைத் தெருவிற் செல்லும் பொழுது எதிரில் கூட்டமாகச் சிலர் வருவதைக் கண்டான். அவர் அனைவரும் பொற்கொல்லர் ஆவர். அவர்கட்கு நடுவில் கம்பீரமாக ஒருவன் வந்தான். அவன் அரண்மனைப் பொற்கொல்லன். ஏனையோர் அவனுக்குக் கீழ் வேலை செய்து, வந்தவர் ஆவர். அவர் அனைவரும் கோவலன் சென்ற திசை நோக்கி வந்து கொண்டிருந்தனர்.

அரண்மனைப் பொற்கொல்லன்

கோவலன் அரண்மனைப் பொற்கொல்லனைச் சந்தித்து, ‘‘அரச மாதேவியர் அணியத்தக்க சிலம்பு. ஒன்று என்னிடம இருக்கின்றது. நீ அதனை விலை மதிக்கவல்லையோ?’’ என்று கேட்டான். அப்பொற் கொல்லன் கை தொழுது, ‘‘ஐயனே, அடியேன் பாண்டியர் பெருமானது அரண்மனைப் பொற்கொல்லன். அடியேன் பாண்டி மாதேவியார்ககு, அணிகள் செய்பவன்.’’ என்று அடக்கமாகக கூறினான்.

பொற்கொல்லன் யோசனை

உடனே கோவலன் தன் மூட்டையை அவிழ்த்துக் கண்ணகியின் காற்சிலம்பைக் காட்டினான். அதனில் பதிக்கப்பட்ட மாணிக்கக் கற்களையும் பசும் பொன்னால் இயன்ற சிலம்பையும் கண்ட பொற்கொல்லன் பெரு வியப்பு அடைந்தான். அவன் கோவலனைப் பார்த்து ‘‘ஐயா, கோப்பெருந்தேவியரே இதனை அணியத் தக்கவர் வேறெவர்க்கும் இது தகுதி அன்று. ஆதலின் இச் சிலம்பைப் பற்றி யான் அரசர் பெருமானிடம்கூறி: அவர்

உள்ளத்தை அறிந்து வருவேன்; அதுவரை நீர் இங்கு இருக்கலாம்,'' எனறு ஓர் இடத்தைக் காட்டிக் கோவலனை அங்கு இருக்கச் செய்து, அரண்மனையை நோக்கி விரைந்து சென்றான்.

அரண்மனையில் ஆடல்-பாடல்

இங்ஙனம் பொற்கொல்லன் செல்ல அதே நேரத்தில் பாண்டியன் அரண்மனையில் இருந்த அரங்கத்தில் நாடகமகளிரது இசைவிருந்தும் நடன விருந்தும் நடைபெற்றன. அரசனும் அரசியும் அவற்றைக் கண்களிப்பக் கண்டுகொண்டு இருந்தனர். அரசனான பாண்டியன்-நெடுஞ்செழியன் சிறந்த இசைப்புலவன்; நடனக் கலையை நன்கு அறிந்தவன்; சிறந்த தமிழ்ப் புலவன். ஆதலால் அவன் இசையையும் நடனத்தையும் நன்றாக அநுபவித்தான். அவன் மனைவி 'தலைவலி என்று கூறி அந்தப்புரம் சென்றுவிட்டாள். இசை விருந்து அளித்த மகளிர் தமிழ்ப் பண்களை இசைத்துக் குழல், யாழ் முதலிய கருவிகளின் துணைக்கொண்டு பாடினர். அப்பாடல்கள் செவிக்கும் உள்ளத்திற்கும் பேரின்பத்தை அளித்தன. நடன மகளிர் பலவகை நடனங்களை மிகவும் திறமையாக நடித்துக் காட்டினர். பாண்டியன் உள்ளம் மகிழ்ந்து அம்மகளிர்க்குப் பல்வகைப் பரிசுகளை வழங்கினான். அம்மகளிரும் பிறரும் அரண்மனையை விட்டு அகன்றனர். பிறகு பாண்டியன், 'தலைவலி' என்று சொல்லிச் சென்ற அரச மாதேவியைக் காண விரும்பினான். அதனால் அவளது அந்தப்புரம்நோக்கி விரைந்து நடந்தான்.

பொற்கொல்லன் சூழ்ச்சி

அந்தச் சமயத்தில், கோவலனை விடடுப் பிரிந்த பொற்கொல்லன் அரண்மனைக்குள் நுழைந்தான். அவன் பல நாட்களுக்கு முன்னர் அரச மாதேவியின் காற்சிலம்பு ஒன்றை பழுது பார்க்க எடுத்துச் சென்றான். அதனைத் தான் எடுத்துக் கொண்டான்; அது காணப்படவிலலை என்றும் தேடி வருவதாகவும் அரசியிடம் கூறி வந்தான் கோவலன் அக்கொடியவனிடம் கண்ணகியின் சிலம்பைக் காட்டினது தவறாக முடிநதது. அவன் அரண்மனை நோக்கி வரும்பொழுது ''இப் புதியவனை, அரசமாதேவியின் சிலம்பைக் கவர்ந்த கள்வன்'' என்று அரசனிடம் கூறி அவனைக் கொல்லச் செய்வேன், என்று தனக்குள் முடிவு செய்து கொண்டான்

அவசரத்தில் அரசன் ஆணை

இந்தக் கொடிய எண்ணத்துடன் வந்த பொற்கொல்லன், அவசரமாக அந்தப்புரம் நோக்கிச் சென்று கொண்டிருந்த அரசனைக் கண்டான்; உடனே தரையில் வீழ்ந்து பணிந்தான். அரசன் அவசரமாகப் போக வேண்டியவன் ஆதலால். பதட்டத்துடன்: "என்ன செய்தி?" என்றான்.

உடனே பொற்கொல்லன், "ஐயனே, அவசரமான செய்தி ஒன்று உண்டு. அரச மாதேவியார் சில நாட்களுக்கு முன்னர் என்னிடம் தமது காற் சிலம்பு ஒன்றைப் பழுது பார்க்க கொடுத்திருந்தார். அஃது எவ்வாறோ மாயமாய்க் காணாமற் போனது. நான் பல இடங்கட்கும் ஆட்களை அனுப்பித் தேடி அலுத்தேன். அதனைத் திருடிய கள்வன் இன்று தானே வந்து என்னிடம் அகப்பட்டிருக்கிறான். "நீ இதனை விலை மதிக்க வில்லையோ?" என்று கேட்டான். சிலம்பு அவன் கையில் இருக்கின்றது", என்றான்.

'அரச மாதேவியின் சிலம்பு கிடைப்பின், அஃது அவளுக்கு மட்டற்ற மகிழ்ச்சியை ஊட்டும்' என்று அரசன் எண்ணினான்; உடனே அவள் சொன்ன "தலைவலி அவன் நினைவுக்கு வந்தது. அதனால் அரசன் அவசரத்தில் காவலரை அழைத்து, "இப் பொற்கொல்லன் கூறும் கள்வனிடம் சிலம்பு இருக்குமாயின், அக் கள்வனைக் கொன்று சிலம்பைக் கொண்டு வருக", என்று கட்டளையிட்டு அந்தப்புரம் சென்றான்.

களவு நூல் கற்ற கள்வர்

பொற்கொல்லன் தன் எண்ணம் பலித்தது என்று மிக்க மகிழ்ச்சி அடைந்தான். அவன் காவலருடன் விரைந்து சென்று கோவலன் தங்கி இருந்த இடத்தை அடைந்தான்; சிறிது தூரத்தில் நின்று கொண்டே கோவலனைச் சுட்டிக காட்டினான். காவலர் கோவலனைக் கூர்ந்து கவனித்தனர்; அவனது மாசற்ற முகத்தைக் கண்டனர்; "இவன் கள்வன் அல்லன்," என்றனர். உடனே பொற் கொல்லன், 'ஐயன்மீர் இவன் பண்பட்ட கள்வன்; களவு நூலில் கைதேர்ந்தவன். களவு நூலில் வல்ல கள்வர் பார்வைக்குக் குற்றமற்றவராகக் காணப்படுவர். ஆதலால் மேல் தோற்றத்தைக் கண்டு ஏமாறலாகாது. இவர்கள் மந்திரம், தெய்வம், மருந்து, நிமித்தம், தந்திரம், இடம், காலம், கருவி, ஆகிய எட்டின் துணைகொண்டு வாழ்பவர்கள்.இவற்றின் துணையினால் குற்றமற்றவர் போலவும் தனவந்தர் போலவும் யோகிகள் போலவும் கற்றறிந்தவர் போலவும் ஒழுக்கத்திற் சிறந்த சான்றோர்

போலவும் நடிப்பர். ஆதலால் நீவிர் முகத்தைக் கண்டு ஏமாறலாகாது." என நயமாக வற்புறுத்தினான்.

கோவலன் கொல்லப்படுதல்

ஊழ்வலிமை உடையது அல்லவா? ஆதலால் காவலருள் கொலை அஞ்சாத இளைஞன் ஒருவன் முன்னர்ப் பாய்ந்து தன் உடைவாளால் கோவலனை வெட்டி வீழ்த்தினான். அந்தோ கொடுமை! கொடுமை!!

10. கண்ணகி துயரம்

ஆயர்பாடியில் அபசகுனங்கள்

மேற்கண்ட நிகழ்ச்சியை முன்னிட்டி ஆயர் பாடியில் சில அபசகுனங்கள் காணப்பட்டன. குடத்தில் இருந்த பால் உறையவில்லை; எருது கண்ணிர் விட்டது; உறியில் இருந்த வெண்ணெய் உருகி மெலிந்தது; ஆட்டுக்குட்டி சுறுசுறுப்பு இல்லாமல் குழைந்து கிடந்தது; பசுவின் பால் காம்புகள் ஆடின; பசுவின் கழுத்தில் கட்டப்பட்டிருந்த பெரிய மணிகள் இற்று நிலத்தில் விழுந்தன. இந்தக் கேடுகளைக் கண்ட ஆயர் மகளிர், "இவை விரைந்து வருவதோர் துன்பத்தை உணர்த்தும் குறிகள் ஆகும். ஆதலின், நமது வழிபாடு கடவுளாகிய கண்ணனைப் பரவுவோம்" என்று துணிந்தனர் 'துணிந்து, மாயவன் நப்பின்னைப்' பிராட்டியுடன் ஆடிய கூரவைக் கூத்து ஆடத் தொடங்கினர்.

ஆய்ச்சியர் குரவை

குரவை என்பது எழுவர் அல்லது ஒன்பதின்மர் கைகோத்து ஆடும் கூத்து. ஆயர் மகளிர் அக் கூத்தினை ஆடிக்கொண்டே கண்ணபிரான் வீரச் செயல்களையும் பிற நல்ல இயல்புகளையும் அவன் எடுத்த பிற அவதாரங்களையும் அந்த அவதாரங்களில் அவன் செய்த அரிய செயல்களையும் பாராட்டிப் பாடினர். அப்பாடல்களில் ஒன்றை இங்குக் காண்க:

"பெரியவனை மாயவனைப் பேருலகம் எல்லாம்
விரிகமல உந்தியுடை விண்ணவனைக் கண்ணும்
திருவடியும் கையும் திருவாயும் செய்ய
கரியவனைக் காணாத கண் என்ன கண்ணே!
கண் இமைத்துக் காண்பார்தம் கண் என்ன கண்ணே!"

ஆயர் முதுமகள்

இங்ஙனம் ஆயர் மகளிர் கண்ணனைத் துதித்து வழிபட்டனர். அப்பொழுது ஆயர் முதுமகள்ஒருத்தி வைகையில் நீராடச் சென்று மீண்டவள் அங்கு வந்தாள். அவள் உள்நகரத்துச் செய்தி ஒன்றைக் கேட்டு அதனைச் சொல்ல விரைந்து வந்தாள். ஆனால் அவள் தான் கேள்வியுற்ற செயதியைக் கண்ணகிக்குக் கூற அஞ்சினாள்; அதனால்

குரவையாடி நின்ற மகளிரிடம் தான் கேட்ட செய்தியைக் கூறிக் கண்ணகியைப் பார்த்துக் கண்ணிர் விட்டு நின்றாள்.

கண்ணகியின் கவலை

அந்நிலையில், குரவைக் கூத்தினைக் கவனித்து நின்ற கண்ணகி, மாதரிமகளான ஐயை என்பாளை நோக்கி "தோழி, என் காதலன் இன்னும் வரவில்லையே? அதனால் என் நெஞ்சம் கலங்குகிறது; என் மூச்சுத் தீயுடன் கூடியதாக இருக்கிறது. இந்த நிலையில் உள்ள என்னை நோக்கி இந்த ஆய்ச்சியர் ஏதோ பேசிக் கொள்கின்றனர். அவர்கள் பேச்சின் கருத்து யாதோ தெரியவில்லையே! கோவலன் சென்றபோதோ என் நெஞ்சம் கலங்கியது. அந்நேரமுதல் என் உள்ளம் கலங்கிக் கொண்டே இருக்கிறது. இவர்கள் பேசிக்கொள்வது முக்கியமான செய்தியாகும். இவர்கள் பேசுவதற்கு ஏற்ப என் காதலன் வரவில்லை. ஐயோ! நான் என்ன செய்வேன்" என்று வருந்திக் கைகளைப் பிசைந்து நின்றாள்.

முதுமகள் கூற்று

அந்த நிலையில், முன் சொன்ன ஆயர் முது மகள் வாயைத் திறந்து, "இவள் கணவன் அரசனது அரண்மனையில் இருந்த சிலம்பைத் திருடிய கள்வன் என்று கருதப்பட்டுக் கொலை செய்யப் பட்டான்" என்று கூறினாள்.

கண்ணகி புலம்பல்

அவ்வளவே: கண்ணகி பொங்கி எழுந்தாள்; தன்வசம் இழந்து, நிலத்தில் மயங்கி வீழ்ந்தாள். கார்மேகம் போன்ற அவள் கூந்தல் தரையிற். புரண்டது. வீழ்ந்த கண்ணகி மயக்கம் தெளிந்து எழுந்தாள். அவள் கண்கள் சிவந்தன. அவள் தன் கண்கள் கலங்கும்படி கையால் மோதிக் கொண்டு அழுதாள்; "ஐயனே, நீ எங்கு இருக்கின்றாய்!" என்று வாய்விட்டு அழுதாள்; "பாண்டியன் தவறு செய்ததால் கணவனை இழந்தேனே! அந்தோ! அவன் இறந்தான் என்பது கேட்டு இன்னும் நான் இறக்கவில்லையே! அறக்கடவுளே, நீ உலகில் இருக்கின்றாயா? இந்த அநீதியைப் பார்த்துக் கொண்டா இருக்கின்றாய்? குற்றமற்ற என் காதலனைக் 'குற்றம் உள்ளவன்' என்று கோலை செய் வித்த பாண்டியன் செங்கோல் அரசனா? என்று பலவாறு புலம்பினாள். பிறகு கண்ணகி சூரியனைப் பார்த்து, "காய்கின்ற கதிர்களையுன்டய பகலவனே நீ அறிய என் கணவன்

கள்வனா?'' என்றாள். உடனே, ''உன் கணவன் கள்வன் அல்லன்; அவனுக்குத் தவறு இழைத்த இவ்வூரை எரி உண்ணும்,' என்று ஒரு குரல் அங்குக் கூடியிருந்தோர் அனைவர்க்கும் கேட்டது.

பின்னர்ப் பத்தினியாகிய கண்ணகி தலைவிரி கோலமாக மதுரை நகருள் புகுந்தாள்; தெருக்கள் வழியே ஒற்றைச் சிலம்பைக் கையில் ஏந்திச் சென்றாள். சென்றவள். ''மாநகரத்துப் பத்தினிகாள், என் கணவன் எனது காற்சிலம்பு ஒன்றை விற்க இந்நகரத்துக்கு வந்தான்; ம்திகெட்ட் பாண்டியனால் கொலை செய்யப்பட்டான். நான் என் காதற் கணவனைக் காண்பேன்; அவன் வாய்ச் சொல்லைக் கேட்பேன்,' என்று பலவாறு புலம்பிக் கொண்டே போனாள்.

மதுரை மனக்கலக்கம்

மதுரை மாநகரத்தில் வாழ்ந்த பத்தினிமாரும் சான்றோரும் கண்ணகியின் பொறுத்தற்கு அருமையான துன்ப நிலையைக் கண்டு கண்ணிர் உகுத்தனர்; ''ஐயோ, இவள் மிக்க இளம் பெண்; செல்வச் சீமான் மகளாகக் காண்கிறாள்; நற்குடிப் பிறப்புடையவள் போலக் காண்கிறாள். இவளுக்கு இக்கொடுமை இழைக்கப்பட்டதே! பாண்டியன் நெறி தவறாதவன் அல்லவா? அவனது வளையாத செங்கோல் வளைந்ததே! என்னே ஊழ்வினை இருந்தவாறு!'' என்று கூறி மனம் வருந்தினர்.

கொலைக்களக் காட்கி

இங்ஙணம் மாநகர மக்கள் மனம் பதறக் கண்ணகி தெருத் தெருவாகப் புலம்பிச் சென்றாள்; முடிவில் தன் கணவன் கொலையுண்ட இடத்தைக் குறுகினாள்; தன் ஆருயிர்க் காதலனது உடல் இரத்த வெள்ளத்தில் படிந்திருக்க கண்டாள். அந்தோ! அவனது ஆவியற்றவுடலைக் கண்டாள் ஆனால், கோவலன் தன் காதலியின் சோக நிலையைக் காணவில்லை. அந்த நேரத்தில் கண்ணகியின் துயரை நேரிற்காணப் பெறாதவனாய்க் கதிரவன் மேல் திசையில் மறைந்தான்; அதனால் எங்கும் இருள் சூழத் தலைப்பட்டது.

கொலைகளத்தில் கண்ணகி

கண்ணகி, கணவன் உடலைக் கண்டு, நீர் எனது துயரத்தைக் காணவில்லையா? உமது மண மிக்க நறுமேனி மண்ணிலும்

இரத்தத்திலும் புரண்டு கிடக்கத் தக்கதோ? பாவியாகிய நான் செய்த தீவினை தான் எனக்கு இக்கொடிய காட்சியை அளிக்கின்றதோ? பாண்டியன் நெறி தவறிய செயலால் உமது உயிரா போக வேண்டும்? எனது வாழ்வன்றோ இதாலைந்தது! இந்நாளில் பத்தினிகளும் சான்றோரும் இருப்பின் இந்த அநீதி நடவாது ...என்னே என் கொடுவினை!" என்று பலவாறு புலம்பித் தன் கணவன் உடலைத் தழுவிக் கொண்டாள்.

அவ்வளவில் கோவலன் உயிர் பெற்றான்; கண் பெற்றுக் கண்ணகியை நோக்கி, நிறைமதி: போன்ற நின் முகம் வாடியதேன்?" என்று கூறி அவளது முகத்தைக் கையால் துடைத்தான், கண்ணகி அவன் திருவடிகளை இரண்டு கைகளாலும் பற்றி வணங்கினாள். கோலலன் "நீ, இங்கு இருப்பாயாக' என்று கூறி பிணமானான்.

இந்நிகழ்ச்சி கண்ணகிக்கு மயக்கத்தை உண் டாக்கியது. அவள் செய்வகை தோன்றாது சோக நிலையில் நின்றாள். பிறகு ஒருவாறு துணிந்து பாண்டியன் அரண்மனை நோக்கி நடந்தாள்.

11. கண்ணகி வழக்குரைத்தல்

கோப்பெருந்தேவி கண்ட கனவு

பாண்டியனை ஆடு அரங்கத்தில் விட்டுச்சென்ற அரச மாதேவி தன் பள்ளியிற் படுத்தான்; ஒரு கனவு கண்டாள், அவள் கனவில், பாண்டியனது வெண்கொற்றக் குடையும் செங்கோலும் தரையில் விழக் கண்டாள்; அரண்மனை வாயிலில் கட்டியிருந்த மணியின் குரல் அதிரக் கேட்டாள்; எட்டுத்திசைகளும் அதிரக் கண்டாள்; சூரியனை இருள் விழுங்கக் கண்டாள்; இரவில் இந்திர வில் வானத்தில் தோன்றக் கண்டாள்; பகலில் விண்மீன் விழக் கண்டாள்; இக்கொடிய காட்சி, பாண்டியனுக்கு வர இருக்கும் துன்பத்தை அறிவிப்பது என்பதை உணர்ந்தாள்.

அரசி அரசனைக் காணல்

அரச மாதேவி, தான் கண்ட கனவினைத் தன் தோழியர்க்குக் கூறினாள்; உடனே அரசனைச் சென்று காணப் புறப்பட்டாள்; பணிப்பெண்கள் கண்ணாடி உறர்ந்தபட்டாடைகள், துரபவகைகள் தீபவகைகள், சந்தனம் முதலிய மணமிகுந்த கலவைச் சாந்துகள், பலவகை மலர் மாலைகள், விசிறிகள் முதலிய பலவகைப் பொருள்களைத் தட்டுகளில் ஏந்தியவராய் அரச மாதேவியுடன் சென்றனர்; அரசனது இருப்பிடத்தை அடைந்ததும் அப்பொருள்களை வைத்துவிட்டு அகன்றனர்! அரச மாதேவி, அரசனிடம் தான் கண்டதீக் கன வினைப் பற்றிக் கூறத் தொடங்கினாள்.

அரண்மனை வாயிலில் கண்ணகி

அச்சமயத்தில் கோப ஆவேசங் கொண்ட கண்ணகி கண்களில் தீப்பொறி பறக்க அரண்மனை வாயிலை அடைந்தாள்; அங்கு இருந்த வாயிற் காவலனை உறுத்து நோக்கி,"அரண்மனை வாயிற் காவலனே, அறிவு அற்று முறை தவறிய அரசனது அரண்மனை வாயிற்காவலனே. ஒற்றைச் சிலம்பைக் கையிலேந்தியவளும், கணவனை இழந்தவளும் ஆகிய ஒருத்தி நின்னைக் காண வேண்டும் என்கிறாள் என்பதனை தின் அரசனுக்கு அறிவிப்பாயாக", என்றாள்.

காவலன் கலக்கவுரை

காவலன் அவளுடைய தீப்பொரி பறக்கும் கண்களையும் கார்மேகம் நிலத்திற் படிந்ததுபோலச் சோர்ந்து நிலத்தின் மீது புரளும் கருங்கூந்தலையும். சோகரசம் பொருந்திய முகத்தையும் துடிதுடிக்கும் உதடுகளையும் நடுங்கும் கைகளையும் கண்டு. அஞ்சினான். உடனே அரண்மனைக்குள் ஒடினான்; அரசனைக் கண்டு அடிப்பணிந்தான்; "அரசே, நின்கொற்றம் வாழ்க! கொற்கைவேந்தே, வாழ்க பொதியமலைத் தலைவனே வாழ்க! பழியற்ற பெருமானே, வாழ்க! நமது வாயிலில் இள மங்கை ஒருத்தி வந்து நிற்கின்றாள். அவள் எருமைத்தலை அசுரனைக் கொன்ற கொற்றவை. அல்லள்; ஏழு தேவதைகளில் ஒருத்தியாகிய பிடாரி. அல்லள், சிவபிரானை நடனம் செய்வித்த பத்திர காளி அல்லள், அச்சம் தரத்தக்க காட்டையேதான். வாழ் இடமாகக் கொண்ட காளி அல்லள்; தாருகன் என்று அசுரன் பெரிய மார்பைக் கிழித்த பெண்ணும் அல்லள்; அவள் மிக்க கோபம் உடையவள் போலவும் மாற்சர்யம் உண்டயவள் போலவும் காணப்படுகிறாள். அழகிய பொன் வேலைப்பாடு அமைந்த சிலம்பு ஒன்றைக கையில் பிடித்திருக்கிறாள். அவள் தன் கணவனை இழந்தவளாம். நின்னைக் காண வந்திருக்கிறாள், மன்ன, நினது. வாழ்நாள் சிறப்பதாகும்!" என்று கூறிப் பணிந்தான்.

அரசன் முன் கண்ணகி

பாண்டியர் பெருமானான நெடுஞ்செழியன் "அப்படியா! அவளை இங்கே வரவிடு" என்றான். உடனே காவலன் காற்றெனப் பறந்து, கண்ணகியைக் கண்டு, "தாயே, வருக" என்று உள்ளே அழைத்துச் சென்று, அரசி முன்னர் நிறுத்தி மீண்டான்.

தன்னை அறிவித்தல்

அரசன் கண்ணகியைக் கனிவுடன் நோக்கி, "அம்மையே, கண்களில் நீர் சொரிய, மிகுந்த துக்கம் உடையவளாய் இங்கு வந்து நிற்கும் நீ யார்?" என்று கேட்டான் உடனே கண்ணகிக்கு அடக்க முடியாத கோபம் வந்தது. அவள், ஆராய்ச்சி அறிவு அற்ற அரசனே, ஒரு புறாவினுக் காகத் தன் உயிர் கொடுத்த சிபி ம், ஒரு பசுக் கன்றுக்காகத் தன் ஒரே மகனைத் தேர்க்காலில் இட்டுக் கொன்ற மதுச்சோழனும்:ஆண்ட பூம்புகார் எனது பிறப்பிடம் ஆகும். யான் அப்பகுதியில் புகழ்பெற்ற வணிக அரசனான மாசாத்துவானுக்கு

மகனாக விளங்கி, இன்று உன்னால்கொல்லப்பட்ட கோவலன் என்பவனுக்கு மனைவி ஆவேன். என் பெயர் கண்ணகி என்பது.'' என்றாள்.

கண்ணகி வழக்குரைத்தல்

மன்னவன் மங்கை உரைத்ததை மன வுருக்கத் தோடு கேட்டு, ''அம்மே, கள்வனைக் கொல்லுதல் கொடுங்கோல் ஆகாதே. அதுதானே செங்கோல் வேந்தர் செய்யத் தகுவது.'' என்றான். உடனே கண்ணகி, ''அரசே என் கணவன் கள்வன் அல்லன். அவன் என் கால் சிலம்புகளில் ஒன்றை விற்கவே வந்தான்; அதனை விற்று வரும் பணத்தை வாணிக முதலாகக் கொண்டு வாணிகம் செய்ய வந்தான் ; நீ தீர விசாரியாமல் அவனைக் கொலை செய்யக் கட்டளையிட்டனை இதோ. இருக்கிறது எனது மற்றொரு சிலம்பு. மாணிக்க பரலையுடைய சிலம்பு'' என்றாள்.

அரசன், ''அப்படியா! உனது சிலம்பு மாணிக்கப் பரலை உடையதா? எங்கள சிலம்பு முத்துப் பரலை உடையது அன்றோ? உன் சிலம்பை உடைத்துக் காட்டு, பார்ப்போம்,'' என்றான். உடனே கண்ணகி தான் வைத்திருந்த சிலம்பை உடைத்தாள். அதனுள் இருந்த மாணிக்கமணிகள் வெளியே சிதறின. அவற்றுள் ஒன்று அரசே நீ இனிப் பேசுவதில் பயனில்லை; நீ தோற்றனை: வாயை மூடு'' என்று சொல்வது போல மன்னவன் வாயில் தெறித்தது.

மன்னவன் மயக்கம்

மன்னவன் பாணிக்க மணிகளைக் கண்டான்: திடுக்கிட்டான். ஆவி சோர்ந்தான்; ''ஐயோ பொற் கொல்லன் வாய்மொழியை நம்பிக் குற்றமற்ற இளைஞனைக் கொலை செய்யக் கட்டளையிட்ட நானோ அரசன்! நானே கள்வன், குடிகளைக் கண் ணெனக் காத்துவந்த பாண்டியர் மரபுக்கு என் செயலால் கெட்ட பெயர் உண்டாற்றே! எனது ஆயுள் கெடுவதாகுக!'' என்று வருந்திக் கூறி அரியணையிலிருந்து மயங்கி வீழ்ந்தான்.

கண்ணகி வஞ்சினம்

அரசன் வீழ்ந்ததைக் கண்ட கோப்பெருந்தேவி நிலைகுலைந்து, ''உலகில் பெற்றோர் முதலிய உற வினரை இழந்தவர்க்குப் பிறரை அங்ஙனம் காட்டி ஆறுதல் கூறலாம். ஆயின், கணவனை

இழந்தோர்க்குக் காட்டத்தக்கபொருள் உலகத்தில் இல்லையே!" என்று கூறி வீழ்ந்த மன்னன் அடிகளைத் தன் கைகளால் பற்றி மூர்ச்சித்தாள்.

இக்காட்சிகளைக் கண்டும் கண்ணகிக்குச் சீற்றம் தணியவில்லை. அவள், வீழ்ந்த அரசியைக் கண்டு, "அம்மையே, நான் பத்தினிமார் பிறந்த பதியிற் பிறந்தவள். நான் ஒரு பத்தினி என்பது உண்மையாயின், இந்த அரசனுடன் மதுரையை யும் அழிப்பேன்," என்று வஞ்சினம் கூறினாள்.

12. கண்ணகி விண்ணகம் புகுதல்
மதுரை தீப்பிடித்தல்

மதுரையை அழிப்பதாக வஞ்சினம் கூறிய கண்ணகி. "மதுரை மாநகரத்தில் உள்ள பத்தினிகளே, குற்றமற்ற பெருமக்களே, தெய்வங்காள், மாதவர்களே, கேளுங்கள்; எனது குற்றமற்ற காதலனுக்குத் தவறு இழைத்த இக் கோ நகரைச் சீறினேன்; யான் குற்றம் இல்லாதவள்" என்று கூறினாள்; தனது இடப்பக்க மார்பை வலக் கையால் திருகினாள்; நகரத்தை மும்முறை வலம் வந்தாள்; திருகிய மார்பை வட்டித்து எறிந்தாள். உடனே பீடு மிக்க மாட மதுரையில் பெருந் தீப் பற்றிக் கொண்டது.

பாண்டியன் அரண்மனை தீப்பற்றிக் கொண்டது. அதனுள் முன்னரே இறந்து கிடந்த பாண்டியன் உடலமும் அவனது கோப்பெருந் தேவியின் உடலம் எரிந்து சாம்பராயின. அழகிய பல கட்டடங்கள் எரிந்து பாழ்பட்டன. பத்தினி ஏவிய தீயாதலால் அது மதுரையில் இருந்த அந்தணர், பத்தினிகள், நல்லோர், குழந்தைகள் முதலியவரை விட்டுத் தீத்திறத்தார் பக்கமே சார்ந்தது. அவர் அனைவரும் பூம்புகார்ப்பத்தினியைத் தெய்வமாகப் போற்றினர்.

மதுராபதி

கண்ணகி, தீப்பற்றி எரிந்த மதுரையைப் பார்த்துக் கொண்டே சென்றாள். அவள் உள்ளம் கனன்றது, அவள் கொல்லனது உலைக்களத்துத் துருத்திப் போல பெருமூச்சு விட்டாள்; பெருந் தெருக்களிலே திரிந்தாள்; சந்துகளில் நடந்தாள். இவ்வாறு அவள் மதுரையில் திரிந்து வருகையில் மதுராபதி என்னும் மதுரை மாநகரின் அதி. தேவதை பெண்ணுருத் தாங்கிக் கண்ணகியின் பின் புறமாக வந்தாள்; வந்து, "நங்காய், நீ வாழ்க; நான் கூறுவதைக் கேட்பாயாக" என்றாள். உடனே கண்ணகி வலப்பக்கமாகத்

திரும்பிப் பார்த்து, ''என் பின் வருகின்ற நீ யார்? என் துயரத்தை அறிவையோ?'' என்று கேட்டாள்.

பாண்டியன் சிறப்பு

உடனே மதுராபதி, ''அம்மே! நான் உனது பொறுத்தற்கரிய துன்பத்தை அறிவேன். நான் சொல்ல வந்தேன். நான் உனது கணவற்கு நேர்ந்த கதியினை எண்ணி மிக வருந்துகிறேன். நான் இந் நகரத்தைக் காக்கும் அதிதேவதை என் பெயர் 'மதுராபதி' என்பது. நான் கூறுவதைக் கேள். இன்று இறந்த பாண்டியன் மரபு ஆராய்ச்சி மணி ஓசைகேட்டறியாதது. இப்பாண்டியன், குடிகளால் பெரிதும் விரும்பப்பட்டவன். பாண்டியர் ஒழுக்கம் தவறிய செயலைச் செய்தறியார். முற்காலத்தில் கீரந்தை என்ற பார்ப்பனன் காசியாத்திரை சென்றான்; சென்ற பொழுது தன் மனைவியை நோக்கி, நின் தனிமைச்கு வருந்தாதே. பாண்டியன் காவல் நினக்குப் பாதுகாவல் ஆகும்' என்று கூறினான். அவனை, அப்பக்கமாக நகர் சோதனைக்கு வந்த பாண்டியன் கேட்டான். அவன் மறு இரவு முதல் ஒவ்வோர் இரவும் அந்தப் பார்ப்பனன் இல்லத்தைக் காவல் காத்து வந்தான்; ஒருநாள் இரவு வீட்டிற்குள் ஆடவன் பேச்சுக் குரல் கேட்டு உண்மை உணர விரும்பிக் கதவினை தட்டினான். உடனே கீரந்தை 'யார் அது? என்று அதட்டினான். உடனே பாண்டியன், 'சரி, வீட்டிற்கு உரியவன் வந்து விட்டான்; நமக்குக் கவலை இல்லை. ஆனால், நாம் அவசரப்பட்டுக் கதவைத் தட்டியதை அவன் தவறாகக் கருதித் தன் மனைவியின் ஒழுக்கத்தில் ஐயம் கொள்வானே! அடடா! என்ன செய்வது? என்று யோசித்து, முடிவில், 'நான் இப்பொழுது இந்தத் தெருவிலுள்ள எல்லா வீட்டு கதவுகளையும் தட்டி, விட்டுப் போவதே நல்லது. எல்லோரும் இதனைப் பித்தன் - செயல் எனறு நினைத்துக் கொள்வர்' என்று முடிவு செய்தான்; அப்படியே எல்லா வீட்டுக் கதவுகளையும் தட்டிவிட்டு மறைந்தான். மறுநாள் காலையில் அந்தத் தெருவில் இருந்த பார்ப்பனர் அனைவரும் அரசனிடம் சென்று, 'இரவில் ஒரு பித்தன் வந்து எங்கள் வீட்டுக் கதவுகளைத் தட்டி எங்களை அச்சத்திற்கு உள்ளாக்கி விட்டான்' என்று கூறி வருந்தினர். அரசன், 'அறிஞரே, அப்பித்தின் அகப்பட்டால் அவனுக்கு என்ன தண்டனை விதிக்கலாம்? என்று கேட்டான். உடனே மறையவர், 'கதவுகளைத் தட்டின அக் கையை வெட்டிவிட வேண்டும்' என்றனர். உடனே அரசன் மகிழ்ந்து, அந்தக் கை இதுதான்' என்று. கூறித் தன் கையை வெட்டிக் கொண்டான்.

அத்தகைய பாண்டியன் - மரபில் வந்தவன் இந்த நெடுஞ்செழியன்.

சோதிடம் பலித்தல்

'இந்த நகரம் இந்த ஆண்டு ஆடிமாதம் கிருஷ்ணபக்ஷம் கார்த்திகை-பரணி பொருந்திய எட்டாம் நாளாகிய வெள்ளிக்கிழமை அன்று தீப்பிடித்து அழியும்; அரசனும் அழிவான்' என்பது சோதிடமாகும். அது மெய்யாயிற்று. உங்கட்கு இக்கேடு வந்ததற்குக் காரணம் கூறுவேன், கேட்பாயாக.

முன்வினை

"பல ஆண்டுகட்கு முன் கலிங்க நாட்டுச் சிங்கபுரத்தில் வசு என்பவனும் கபிலபுரத்தில் குமரன் என்பவனும் ஆண்டு வந்தனர். அவர்கள் தம்முள் ஓயாது போரிட்டு வந்தனர். நகை வியாபாரி ஒருவன் தன் மனைவியுடன் சிங்கபுரத்திற்குச் சென்று வியாபாரம் செய்து வந்தான். அவன் மீது பொறாமை கொண்ட பரதன் என்பவன். அவனைப் 'பகை அரசனது ஒற்றன்' எனத் தன் அரசனைக் கொண்டு கொல்லச் செய்தான் - அவ்வணிகன் மனைவியான நீலி என்பவள் ஊர் முழுவதும் சுற்றிப் புலம்பினாள்; கணவன் இறந்த பதினான் காம் நாள் ஒரு மலைமீது ஏறி இறக்கத் துணிந்தாள். அப்பொழுது அவள் 'எமக்கு இப்பிறப்பில் இத்துன்பம் செய்தவர் மறுபிறப்பில் இதனையே அநுபவிப்பாராக!' என்று சபித்து இறந்தாள். அவள் இட்ட சாபமே இப்பிறப்பில் உங்களைப் பற்றியது; அவள் கணவனைக் கொல்வித்த பரதனே உன் கணவனான கோவன்; கொல்லப்பட்ட நகை வியாபாரியே இப்பிறப்பில் பொற்கொல்லனாகப் பிறந்தான். நீ பதினான்காம் நாள் நின் கணவனைக் கண்டு களிப்பாய்." என்று கூறி மறைந்தது.

கண்ணகி விண்ணகம் புகுதல்

கண்ணகி அக்கதையைக் கேட்டுப் பெருமூச்சு விட்டாள்; "என் காதலனைக் காணாதவரை என் மனம் அமைதி அடையாது" என்று கூறி, நகரத்தின் மேற்கு வாயிலை அடைந்தாள், அங்கு இருந்த துர்க்காதேவியின் கோயிலில். "கிழக்கு வாசலில் கணவனோடு வந்தேன்; மேற்கு வாசலில் தனியே செல்கிறேன்" என்று வருந்திக் கூறித் தன் பொன் வளையல்களை அங்கு உடைத்து எறிந்து, மேற்கு நோக்கிச் சென்றாள்; இரவு பகல் என்பதனைக் கவனியாமல் வைகையாற்றின் ஒரு கரைமீது நடந்து சென்றாள்; பதினான்காம் நாள் ஒரு மலை மீது ஏறி, வேங்கை மர நிழலில் நின்றாள்.

அப்பொழுது தேவர் உலகத்தில் இருந்து விமானம் ஒன்று வந்தது. அதனில் கோவலன் இருந்தான். அவனுடன் கண்ணகி விண்ணகம் புகுந்தாள்.

13. சேரன்-செங்குட்டுவன்

செங்குட்டுவன்

கண்ணகி வானுலகம் செல்வதற்கு நின்றிருந்த மலை, சேர நாட்டைச் சேர்ந்தது அக்காலத்தில் சேர நாட்டைச் சேரன்-செங்குட்டுவன் என்பவன் அரசாண்டு வந்தான். அவன் இமயவரம்பன் நெடுஞ்சேரலாதன் என்ற சேரப் பேரரசனுக்கு மகன் ஆவான்; இளங்கோ அடிகள் என்ற புலவர் பெருமானுக்கு அண்ணன் ஆவன்

வட நாட்டுப் போர்

செங்குட்டுவன் ஏறத்தாழ இருபது வயதிற் பட்டம் பெற்றான்; ஐம்பது வருட காலம் அரசாண்டான். அவன் சிறந்த போர் வீரன்; தன் தாயான நற்சோணை என்பவள் இறந்தவுடன், அவளுக்கு உருவம் சமைக்கத்தக்க கல்லை இமயத்திலிருந்து எடுத்துவரச் சென்றான்; அப்பொழுது அவனது நோக்கம் அறியாத வட இந்திய அரசர்கள், அவன் தங்கள் மீது படையெடுத்து வருவதாகக் கருதித் தாக்கினர். செங்குட்டுவன், புலிக் கூட்டத்தினுட் சிங்கம் பாய்வதைப் போலப் பாய்ந்து அவர்களை வென்றான்; இமயம் சென்று கல்லைக் கொணர்ந்தான்; அதன் மீது தன் தாயின் உருவத்தைப் பொறித்தான்; அச்சிலையை நட்டு கோயில் எடுப்பித்தான்.

சோழருடன் போர்

செங்குட்டுவன் மாமனான மணக்கிள்ளி இறந்தவுடன் அவன் மகனான நெடுமுடிக்கிள்ளி பட்டம் பெற முயன்றான். அம்முயற்சியை அவன் தாயத்தார் எதிர்த்துச் சோழ நாட்டில் கலகம் விளைவித்தனர். சேரர் பெருமான் பெரும்படையுடன் 'அங்குச் சென்று, கலகம் விளைவித்த சோழ அரசர் மரபினர் ஒன்பதின்மரை 'நேரிவாயில்' என்ற இடத்தில் வென்றான்; தன் மைத்துனச் சோழனைச் சோழ அரசனாக்கி மீண்டான்
சோழ-பாண்டியருடன் போர்

ஒருமுறை சோழ மரபினர் சிலர் பாண்டிய அரசனுடன் சேர்ந்து சேரனைஎதிர்த்தனர். போர் 'கொங்கர் செங்களம்' என்ற இடத்தில்

நடந்தது. சேரன், யானைக் கூட்டத்தில் புலி பாய்வதைப் போலப் பாய்ந்து பகைவரைப் புறங்காட்டி ஓடச் செய்தான். அதுமுதல் அவன் ஆயுட்காலம் வரை சோழ பாண்டியர் அடங்கிக் கிடந்தனர். சேரன் தமிழ்நாட்டுத் தலைவனாக விளங்கினான்.

பேரரசன்

சேரன் கங்கர், கொங்கர், கொங்கணர் முதலிய பல நாட்டரசரை வென்று தென் இந்தியாவிற் பெருவீரனாக விளக்கமுற்று இருந்தான். அவனது பெயர் இமய முதல் குமரி வரை பரவி இருந்தது.

மலைவளம் காணல்

கண்ணகி வானுலகப் சென்று சில மாதங்கள் ஆயின. ஒருநாள் செங்குட்டுவன் தன் கோப்பெருந்தேவியுடனும் இளங்கோ அடிகளுடனும் பரிவாரங் ளுடனும் பேரியாற்றங்கரை வழியே மலைவளம் காணச் சென்றான். யாவரும் மலை நாட்டு வளத்தைக் கண்டு கொண்டே ஆற்றோரம் சென்றனர்; பிறகு ஓரிடத்தில் தங்கினர்.

சாத்தனார்

சாத்தனார் என்பவர் மதுரையில் இருந்த தமிழ்ப் புலவர். அவர் நெல், வரகு, சோளம் முதலிய கூல (தானிய) வகைகளைக் கொண்ட கடை ஒன்றை வைத்திருந்தார். அவர் நம் செங்குட்டுவனுக்கும் இளங்கோ அடிகட்கும் உயிர் நண்பர் ஆவர். அவர் அடிக்கடி சேரநாட்டுக்கு வந்து போவது வழக்கம். அப்புலவர் சேரனைக் காண வஞ்சி மாநகரம் சென்றார்; அரசன் மலை வளம் காணப் போயிருப்பதை அறிந்தார். அரண்மனை ஆட்கள் வழி காட்ட வந்து சேரர் பெருமா னையும் அடிகளையும் கண்டு அடி பணிந்தார். உடன் பிறந்தார் இருவரும் அவரைத் தழுவி மகிழ்ச்சியோடு உரையாடிக் கொண்டிருந்தனர். அப்பொழுது தங்கள் மன்னர் பெருமான் மலை நாடு நோக்கி வந்தான் என்பதை மலைவாணர் அறிந்து மகிழ்ந்தனர்; அகில், சந்தனம் முதலிய வாசனைப் பொருள்களையும் மலையில் விளையும் பலவகைப் பழங்களையும் எடுத்துக் கொண்டு தங்கள் அரசர் பெருந்தகையைச் சென்று கண்டனர். மன்னன் மகிழ்ந்து, "மலைவாணரே உங்கள் மலை நாட்டில் ஏதேனும் விசேஷம் உண்டோ?" என்று கேட்டான்.

கண்ணகி விண்ணகம் புகுந்த செய்தி

உடனே குன்றக் குறவர் அரசனைப் பணிந்து, “பெருமானே சில மாதங்கட்கு முன்பு எங்கள் மலையில் இருந்த வேங்கைமர நிழலில் இளமங்கை ஒருத்தி வந்து நின்றாள். அவள் கணவனைப் பறி கொடுத்தவள்; பொறுக்க முடியாத துன்பத்தை அநுபவித்தவள். அவள் கண்ணெதிரே ஒரு விமானம் வந்து நின்றது. அவள் அதனில் இருந்தவனைப் பார்த்து மகிழ்ந்தாள். அவன் அவள், கணவன் போலும்! அவள் அவ்விமானத்தில் ஏறிக் கொண்டாள். விமானம் மறைந்தது அவள் எந்த நாட்டவளோ? யார் மகளோ என்றனர்.
சாத்தனார் விளக்கம்

அரசனுக்கும் ஒன்றும் விளங்கவில்லை. அரசமாதேவி ஆச்சரியப்பட்டாள். இளங்கோவடிகள் சாத்தனார் முகத்தைப் பார்த்தார். சாத்தனார் புன்முறுவலுடன், “அவள் வரலாற்றை யான் அறிவேன்.” என்று கூறினர். உடனே அனைவரும் “கூறியருளுக” என்றனர். சாத்தனார் வீரபத்தினியின் வரலாற்றை விளங்கவுரைத்தார்.

செங்குட்டுவன் கேள்வி

துயரம் மிகுந்த கண்ணகி வரலாற்றைக் கேட்ட செங்குட்டுவன் பெருமூச்சு விட்டான்; “பொற்கொல்லன் பேச்சைக கேட்டதால் பாண்டியன் செங்கோல் வளைந்தது; ஆயின் அவன் தன் தவற்றை உணர்ந்தவுடனே இறந்ததால் வளைந்த செங்கோல் நிமிர்ந்தது. அவன் கோப்பெருந்தேவி அறக்கற்பு உடையவன். அரசன் ஒரு நாட்டைக் காப்பது துன்பமுடைய செயலே ஆகும்” என்றான். பின்னர் அவன் தன் பட்டதரசியைப் பார்த்து, “நன்னுதால் கணவனுடன் இறந்த கோப்பெருந்தேவி போற்றத்தக்கவளா? தன் கணவன் குற்றவாளி அல்லன் என்பதை உணர்த்திப் பழிக்குப்பழி வாங்கிய கண்ணகி போறறத் தக்கவளா?” என்று கேட்டான்.

அரசி பதில்

பட்டத்தரசி, ஐயனே, இருவரும் போறறத்தக்கவரே. ஒருத்தி அறக்கற்பு உடையவள்; மற்றவள மறக்கற்பு உடையவள். நாம்,

நமது நாடு அடைந்து துறக்கம் புகுந்து பத்தினிக் கடவுளைப் பரவுதல் வேண்டும். அவள் தெய்வமாகத் தொழத் தக்க தகுதியுடையவள்,'' என்று பதில் அளித்தாள்.

சேரன் செய்த முடிவு

உடனே சேரர் பெருமான் அமைச்சரைப் பார்த்தான. அமைச்சர் அரசனைப் பணிந்து, ''அரசே, பத்தினிக்குரிய கல்லைப் பொதிய மலையிலிருந்து கொணர்ந்து காவிரியில் நீராட்டலாம்; அல்லது இமயத்திலிருந்து கொணர்ந்து கங்கையில் நீராட்டலாம் தேவரீர் விருப்பப்படி இரண்டில் ஒன்றைச் செய்யலாம்'' என்றனன். அரசன், ''அமைச்சரே, நமது தாயார் பொருட்டு நாம் இமயம் சென்றபோது ஆரியமன்னரை வென்றோம் அல்லவா? அவர் மரபினர் 'அச்சேரன் இப்பொழுது இங்கு வரட்டும்; பார்ப்போம்' என்று வீரம் பேசுகின்றனராம் ஆதலால் நாம் இமயம் சென்று கல்லைக் கொணர்வதே தக்கது. நமது வடநாட்டு யாத்திரையை மாநகரத்தார்க்கு அறிவித்திடுக. இச்செய்தி பல நாட்டு ஒற்றர் மூலம் பல நாடுகட்கும் பரவி விடும். நம் நண்பரான நூற்றுவர் கன்னர்க்கும்[6] அறிவித்திடுக நாம் அவர்கள் உதவி கொண்டே கங்கையாற்றைக் கடக்கவேண்டும்'' என்றான். பின்னர் யாவரும் வஞ்சி மாநகரத் திற்குத் திரும்பினர்.

---

[6] நூற்றுவர், கன்னர், சதகர்ணி என்ற பட்டமுடைய ஆந்திர மன்னர் ஆவர்.

14. பத்தினிக் கோவில்

வடநாட்டு யாத்திரை

சேரன்-செங்குட்டுவன் குறித்த நாளில்-குறித்த நல்ல நேரத்தில் தன் பரிவாரங்கள் சூழ வஞ்சி மாநகரத்திலிருந்து வடக்கு நோக்கில் புறப்பட்டான். அவன் சிறந்த சிவபக்தன்; சிவபிரான் அருளால் பிறந்தவன்; ஆதலின் சிவபெருமானைப் பூசித்துப புறப்பட்டான். வஞ்சி மாநகரத்து மக்கள், "எங்கள் பெருமான் வெற்றி பெற்று மீள்வானாக" என்று வாழ்த்தி வழியனுப்பினர். அப்பொழுது திருமால் பிரசாதம் சேர வேந்தனுக்குக் கொடுக்கப்பட்டது. செங்குட்டுவன் தன் படைகள் புடைசூழ இமயம் நோக்கிச் செல்லலானான்.

சேரன் வழிநெடுக இயற்கைக் காட்சிகளைக் கண்டுகொண்டே சென்றான்; படைவீரர் தம் அரசர் பெருமான்னப் பற்றிய வீரப் பாடல்களை யும் சேர நாட்டுப் பழமை-வீரம்-சிறப்புமுதலியவற்றை விளக்கும் நாட்டுப் பாடல்களை யும் பாடிக் கொண்டு அணியணியாகச் சென்றனர். குதிரைப் படைகளின் செலவினால் கிளம்பிய புழுதி மேல் எழும்பி மேகங்கள் எனப் படர்ந்தன. வீரர் ஏந்திய ஈட்டிகளின் பளபளப்புத் தூரத்தில் இருந்து காண்போர்க்கு மின்னலைப் போலக் காட்சி அளித்தது,

நீலகிரியில் தங்கல்

சேரர் பெருந்தகை இங்ஙனம் சென்று நீலகிரியில் இளைப்பாறத் தங்கினான், அங்குச் சில நாட்கள் இருந்தான். அவன் அங்குத் தங்கப் போவதை முன்னரே அறிந்த சுற்றுப்புற நாட்டரசர் தத்தம் உத்தியோகஸ்தர் மூலமாகப் பலவகை விலை உயர்ந்த பொருள்களைச் சேரனுக்குப் பரிசாக அளித்து மகிழ்ந்தனர். பல நாட்டு நாடக மகளிரும் ஆடு மகளிரும் பாடு மகளிரும் தத்தம் பரிவாரங்களுடன் சேரனைக் கண்டு வணங்கி ஆடல்-பாடல்களைப் புரிந்தனர். சேரப்பெருமான் அவர்களுக் குத் தக்கவாறு பரிசில் நல்கி விடை கொடுத்தான்.

சஞ்சயன்

நூற்றுவர் கன்னர் அனுப்பிய சஞ்சயன் என்ற தூதுவர் தலைவன், பல வரிசைகளுடன் வந்துசேர வேந்தனைக் கண்டான் சேர அரசன் அவனுக்குத் தக்க மரியாதை செய்து மகிழ்ந்தான்; தன் படைகள் கலக்கம் இன்றிக் கங்கையைக் கடத்தற்கு ஏற்ற கலங்களைத் தயார் செயது வைக்கும்படி வேண்டி னான். சஞ்சயன் அவ்வாறே செய்வதாக வாக்களித்து அகன்றான்.

உத்தர கோசலத்தில் தங்கல்

பின்னர்ச் சேரன் நீலகிரியை விட்டு புறபபட்டு வடக்கு நோக்கிச் சென்றான்; பல நாடுகளைக் கடந்தான்; இறுதியில் கங்கையின் தென் கரையை அடைந்தான். அங்கு சஞ்சயன் பல கப்பல்களுடன் காத்திருந்தான். படைகள் யாவும் கப்பல்களில் ஏறி அக்கரையை அடைந்தன. சேர பெருமான் உத்தர கோசலத்தை அடைந்து, ஓர் இடத்தில் தன் பரிவாரங்களுடன் தங்கி இருந்தான்.

உத்திர கோசலத்தில் போர்

சேரனது வடநாட்டு யாத்திரையை கேள்வியுற்ற கனக விசயர் என்ற சகோதரர்; தமக்குத் துணையாகச் சிற்றரசர் பலரை சேர்த்துக்கொண்டு உத்தர கோசலத்தில் தங்கியிருந்தனர். அவர்கள் பெருஞ்சேனையைப் போருக்கென்று தயாரித்திருந்தனர்; செங்குட்டுவன் உத்தர கோசலத்தில் தங்கியதை அறிந்ததும் திடீரென அவன் படைகளை வளைத்துக் கொண்டு தாக்கினர். கனக விசயர் செறுக்கை அடக்க வேண்டும் என்பதை முன்னரே முடிவு செய்து கொண்ட செங்குட்டுவன் தன் படை வீரர்க்குப் போர் துவக்குமாறு ஆணையிட்டான். உடனே இருதிறத்துப் படைகளும் கை கலந்தன. புலிக் கூட்டத்து நடுவில் சிங்க ஏறு பாய்வதைப் போலச் சேரர் பெருந்தகை உருவிய வாளுடன் பாய்ந்து அரசர் பலரைக் கொன்றான். வஞ்சி வீரர் வாட்போரில் வல்லவர்; அதனால் அவர்கள் வாளுக்குப் பகைவர் பலர் இரையாயினர். போர் பதினெட்டு நாழிகை நடைபெற்றது. முடிவில் கனக விசயர் சிறைப்பட்டனர். சேரன்-செங்குட்டுவன் வெற்றி பெற்றான்.

இமயத்திலிருந்து சிலை கொணர்தல்

பின்னர் அரசனது ஏவலால் படைவீரர் இமயம் சென்று பத்தினியின் உருவத்தைச் செதுக்குவதற்கு உரிய கல்லைத் தேர்ந்து எடுத் தனர்; அதனைக் கங்கையாற்றிற் கொணர்ந்து நீராட்டினர்; நீராட்டிய அக்கல்லைக் கனக விசயர் முடி மீது ஏற்றி வஞ்சி மாநகர் நோக்கிப் புறப்பட்டனர்.

மாடலன் என்ற மறையவன்

சேரன் உத்தரகோசலத்துப் பாசறையில் தங்கி இருந்த பொழுது மாடலன் என்ற மறையவன் ஒருவன் அங்கு வந்தான். அவன் பூம்புகார் நகரத்தினன். அவன் கோவலன்-கண்ணகி வரலாற்றைச் சேரனுக்கு விளங்கவுரைத்தான்; கோவலன் இறந்தது கேட்டு அவன் தாயும் கண்ணகியின் தாயும் இறந்தமையும் இருவர் தந்தையரும் துறவிகள் ஆன செய்தியையும் கூறினான்; மாதவியும் அவள் மகளான மணிமேகலையும் பௌத்த சமயத்தில் சேர்ந்து விட்டமையும் குறிப்பிட்டான்.

வஞ்சி மீளுதல்

சேரன்- செங்குட்டுவன் முப்பத்திரண்டு மாதங்கள் கழித்து வஞ்சி மீண்டான். அவன் வெற்றியுடன் திரும்பி வருவதை அறிந்த மாநகரத்து மக்கள் நகரை அலங்கரித்தனர்; பல வகை மங்கல ஒலிகளுக்கு இடையே அவனைப் பெரு மகிழ்ச்சியுடன் வரவேற்றனர். அப்பேரரசன் சேரர் அரண்மனைக்குள் நுழையும் பொழுது யாவரும் வாழ்த்தி மலர்மழை பொழிந்தனர். உள் நுழைந்த சேரர் பெருமானை அரச மாதேவி அன்று அலர்ந்த மலர்களால் பாதபூசை செய்து வரவேற்றாள்.

கண்ணகிக்குக் கோவில்

கண்ணகித்தெய்வம் வந்து நின்ற மலையருகில் கோவில் கட்டப்பட்டது. இமயத்திலிருந்து கொண்டு வரப்பட்ட சிலையில் பத்தினியின் திருவுருவம் செதுக்கப்பட்டது. உருவத்தின் அடியில பெயரும் பீடும் எழுதப்பட்டன. நல்ல நாளில், பத்தினிச் சிலை நாட்டப்பட்டது. அந்த நல்ல நாளில் அரசனது அழைப்புக்கு

இணங்கிக் கடல் சூழ் இலங்கை கயவாகு[7] வேந்தன், மாளுவ நாட்டு மன்னர், நூற்றுவர் கன்னர் முதலிய அரசர் பலர் வந்திருந்தனர் முன் சொன்ன பெண்மணிகள் மூவரும் கண்ணகியை வாழ்த்திப் பாடினர்.

பத்தினி வாழ்த்தல்

அப்பொழுது விண்ணில் ஓர் உருவம் தோன் றியது. அது கைகளில் வளையல்களும் கழுத்தில் மாலைகளும் காதுகளில் தோடுகளும் அணிந்திருந் தது. அவ்வுருவம், ''தோழிகளே, யான் இம்மலையில் விளையாடல் புரிவேன். என் கணவரைக கொல்வித்த பாண்டியன் குற்றமுடையவன் அல்லன். அவன் தேவேந்திரன் அரண்மனையில் விருந்தினனாக இருக்கிறான். நான் அவன் மகள். எனக்குச் சிறப்புச் செய்த செங்குட்டுவன் வாழ்க!" என்று வாழ்த்தி மறைந்தது,

பிறகு வஞ்சி மகளிரும் தேவந்தி முதலியவரும் கண்ணகித் தெய்வத்தைப் பலவாறு வாழ்த்தினர். பிரதிட்டை விழாச் சிறப்பாக நடைபெற்றது. மாளுவ மன்னரும் கயவாகு வேந்தனும் பிறரும், ''அம்மே, நீ சேர நாட்டில் எழுந்தருளி இருப்பதைப் போலவே எங்கள் நாடுகளிலும் எழுந்தருளி இருந்து எங்களை வாழ்விக்க வேண்டும்'' என்று பத்தினிக் கடவுளை வேண்டினர். அப்பொழுது ''தந்தேன் வரம்'' என்று ஒரு குரல் விண்ணிடை எழுந்தது.

பல நாடுகளில் பத்தினிக் கோவில்

செங்குட்டுவன் தேவந்தி என்ற பார்ப்பனத் தோழியைப் பத்தினிக் கோவிலில் இருந்து நாளும் பூசை செய்து வருமாறு ஏற்பாடு செய்தான். பூசை, விழா இவற்றுக்குக் குறைவு நேராதபடி பெரும் பெரும் நிலங்களும், தேவதானமாக விட்டான். அக்கோயில் அன்று முதல் 'பத்தினிக் கோயில்' எனப் பெயர் பெற்றது. மாளுவ மன்னர் தம் நாட்டில் கட்டிய கோயிலுக்கு இப்பெயரே இட்டனர். அப்பெயர் நாளடைவில் மருவி இன்று 'பைதனி கோயில் என்று வழங்குகிறது. கயவாகு மன்னன் பத்தினிக்கு எடுப்பித்த சிலை இன்று லண்டனில் உள்ள பிரிட்டிஷ் பொருட்காட்சிச் சாலையில் இருக்கின்றது.

---

[7] இவன் கஜபாஹு என்பவை 'இவன் காலம் கி. பி. 171-193, இக்குறிப்பினாற்றான் சிலப்பதிகாரத்தின் காலம் கி.பி. 2-ஆம் நூற்றாண்டு என்று கூறப்படுகிறது.

15. சிலப்பதிகாரம்

இளங்கோ அடிகளும் சாத்தனாரும்

பத்தினி விழாப் பாங்குற முடிந்தது. கனகவிசயர் செறுக்கு அடங்கிச் சேரனைப் பணிந்து விடைப் பெற்று தம் நாடு சென்றனர். தமிழ்நாடு எங்கனும் பத்தினியின் பெயர் பரவியது தமிழ் மக்கள் பத்தினியைக் கண் கண்ட தெய்வமாகக் கொண்டாடினர். சேரர் பெருமான் தம்பியான இளங்கோ அடிகளும் நண்பரான மதுரைக் கூல வாணிகன் சாத்தனாரும் கண்ணகி விழா நிகழ்ச்சிகளை எல்லாம் கூர்ந்து கவனித்து வந்தனர். தேவந்தி என்ற பார்ப்பணத் தோழி, பத்தினிக் கோயிலில் தங்கிப் பூஜையை நாள்தோறும் தவறாமல் செய்து வந்தாள்.

மணிமேகலை

கோவலனுக்கு மகளாகிய மணிமேகலை என்பவள் பௌத்த மதத்தைச் சார்ந்தாள்; அறவண அடிகள் என்ற பௌத்த சமயத்துறவியிடம் அறவுரை பெற்றாள். காஞ்சி பூம்புகார் என்ற நகரங்களில் இருந்து அன்னதானம் செய்தாள், ஜாவா மணிபல்லவம் முதலிய தீவுகட்குச் சென்று மீண்டாள்; பத்தினிக் கடவுள் கோவிலுக்கு வந்து, பத்தினியைத் தரிசித்து ஆசி பெற்றாள்; பல சமயவாதிகளைச் சந்தித்து, அவரவர்கள் சமயக் கொள்கைகளைக் கேட்டறிந்தாள்; இறுதியில் அறவன அடிகள் உபதேசப்படி, தவம் கிடந்து துறக்கம் அடைந்தாள். அவளது பெயரும் புகழும் தமிழ் நாட்டில் நன்கு பரவின.

இரு பெருங் காவியங்கள்

இவ்விரண்டு வரலாறுகளும் நடைபெற்று ஆண்டுகள் சில கழிந்தன. ஒருநாள் வஞ்சி அரண் மனையில் சேரன்-செங்குட்டுவன் முன் சாத்தனார் இளங்கோ அடிகளை நோக்கி, "அடிகளே, கோவலன்-கண்ணகி வரலாற்றை நீவிர் ஒரு காவியமாகப் பாடியருளல் வேண்டும்" என்று வேண்டினர். அடிகள் சாத்தனாரை அன்புடன் நோக்கி, "புலவரே, நீவிர் மணிமேகலை வரலாற்றை ஒரு காவியமாகப் பாடுவதாயின், நான் உமது விருப்பம்போல் ஒரு காவியம் பாடுவேன்" என்றனர் சாத்தனாரும் அதற்கு இசைந்தனர்.

சிலப்பதிகார அரங்கேற்றம்

பல மாதங்கள் கழிந்தன. பின்னர் ஒரு நாள் வஞ்சிமாநகரத்தில் வஞ்சி வேந்தனது பேரவையில் தமிழ் நாட்டுப் பெரும் புலவர்கள் கூடியிருந்தனர். கூட்டத்திற்குச் சாத்தனார் தலைமை வகித்தார். இளங்கோவடிகள், கோவலன்-கண்ணகித் தொடர்பாகத் தாம் பாடிய சிலப்பதிகாரம் என்ற காவியத்தைப் படித்து பொருள் விளக்கி அரங்கேற்றம் செய்தார். புலவர் அனைவரும் கேட்டுப் பெருமகிழ்ச்சிகொண்டு தலை அசைத்துத் தமது பாராட்டை அறிவித்தனர்.

மணிமேகலை அரங்கேற்றம்

மறு நாளும் பேரவை கூடியது. அன்று இளங்கோ அடிகள் பேரவைக்குத் தலைமை தாங்கினார். சாத்தனார் தாம் பாடிய மணிமேகலை என்ற காவியத்தைப் படித்து ஆங்காங்கு பொருள் விளக்கம் செய்தார். அடிகளும் பிற புலவரும் நூலினைப் பாராட்டி மகிழ்ந்தனர். சேர வேந்தனான செங்குட்டுவன் இரு நூல்களையும் பாராட்டிப் பேசினான்; சாத்தனார்க்குத் தக்க பரிசில் நல்கினான்; பல ஊர்களில் இருந்து வந்து அவையைச் சிறப்பித்த புலவர்க்குப் பரிசுகள் அளித்து மகிழ்ந்தான். அன்று முதல் சிலப்பதிகாரமும்-மணிமேகலையும் இரட்டை நூல்கள் என்று கூறப்பட்டன. அவை இரண்டும் கி. பி. இரண்டாம் நூற்றாண்டு முதல் இன்றளவும் ஆயிரக் கணக்கான தமிழ்மக்களால் விரும்பிக் கற்கப்பட்டு வருகின்றன

சிலப்பதிகாரம்

சிலப்பதிகாரம் முப்பது பிரிவுகளை உடையது ஒவ்வொரு பிரிவும் ஒரு 'காதை' எனப்படும். சிலப்பதிகாரம் மூன்று பெரும் பிரிவுகளாகப் பிரிக்கப்பட்டுள்ளது. அவை முறையே (1) புகார்க் காண்டம் (2) மதுரை காண்டம், (3) வஞ்சிக் காண்டம் என்பன. புகார், மதுரை, வஞ்சி என்பன முறையே சோழ-பாண்டிய-சேர நாட்டுத் தலைநகரங்கள் அல்லவா? கண்ணகி பூம்புகாரிற் பிறந்தவள் வளர்ந்தவள். அவள் கோவலனுடன் மதுரையை அடையும் வரை நடைபெற்ற நிகழ்ச்சிகளைக் கூறும் பகுதி புகார் காண்டம் எனப்படும்; அவள் மதுரையை அழித்துச் சேரநாடு நோக்கி நடந்த வரை கூறும் பகுதி மதுரைக் காண்டம் எனப்படும்; அவள்

வேங்கைமர நிழலில் நின்றது முதல் பத்தினி விழா முடியவுள்ள பகுதி வஞ்சிக் காண்டம் எனப் பெயர் பெறும்.

மூவரசர் பாராட்டு

புகார்க் காண்டத்தின் இறுதியில் சோழ அரசன் சிறப்பு குறிக்கப்பட்டுள்ளது. மதுரைக் காண்டத்தின் இறுதியில் பாண்டியன் நெடுஞ்செழியனுடைய வீரம், நீதி முறை முதலியன பேசப்பட்டு இருக்கின்றன. வஞ்சிக் காண்டத்து ஈற்றில் சேர அரசனுடைய குண நலன்கள் பாராட்டப்பட்டுள்ளன.

நூலின் சிறப்பு

கண்ணகி சோழ நாட்டைச் சேர்ந்தவள்; பாண்டி நாட்டில் கணவனை இழந்தவள்; சேர நாட்டில் துறக்கம் புகுந்தவள். அவள் சோழர் தலை நகரமான புகாரில் பிறந்து வளர்ந்தவள்; பாண்டியர் தலைநகரமான மதுரையில கணவனை இழந்தவள்; சேரர் தலைநகருக்கு, அண்மையில் துறக்கம் அடைந்தவள். அவள் பாண்டியனைக் கண்டு வழக்குரைத்து வென்றவள்: சேர அரசனால் தெய்வமாக வணங்கப்பட்டவள், இப்பண்புகளால் அவளது வரலாறு மூன்று தமிழ் நாடுகட்கும்மூன்று தலை நகரங்கட்கும் தமிழ் அரசர் மூவர்க்கும் உரியதாயிற்று, மேலும், இந்நூலில் குறிஞ்சி (மலைநாடு), பாலை (பாலைவனம்), முல்லை (காட்டு நிலம்) முதலிய நில அமைப்புகளும் அங்கு வாழும் மக்கள் இயல்புகள் அவர் வழிபாட்டு முறைகளும் தெளிவாகப் பேசப்பட்டுள்ளன. இன்று காணக் கூடாத நிலையில் அழிந்து பட்ட பூம்புகார் நகரம், வஞ்சி மாநகரம் முதலிய நகரங்களின் அமைப்பையெல்லாம் இந்நூலிற்காணலாம். இந்நூலில், இயற்றமிழ் - இசைத் தமிழ் - நாடகத் தமிழ் என்னும் மூவகைத் தமிழையும் கண்டு மகிழலாம். பண்டைக்கால நடன வகைகள் இந்நூலைக் கொண்டுதான் அறிய முடிகின்றன. சுருங்கக் கூறின், இந்நூலைக் கொண்டு கி.பி 2-ஆம் நூற்றாண்டின் தமிழகத்தை ஒருவாறு அறியலாம். வேறு எந்தத் தமிழ் நூலைக் கொண்டும் இந்த அளவு அறிதல் இயலாது

இந்நூல் நடை மிகவும் எளிமை வாய்ந்தது. படிக்க இனிமை பயப்பது. இளங்கோ அடிகள்: கண்ணகி வரலாற்றைப் படிப்பவர்க்கு இன்பம் பயக்கத்தக்க முறையில் பாடியுள்ளனர். இந்தச் சிறப்பை நோக்கியே காலஞ்சென்ற சுப்பிரமணிய காரதியார் இதனை,

"நெஞ்சை அள்ளும் சிலப்பதிகாரம்", என்று வாயார வாழ்த்தினார்.

★ ★ ★

Milton Keynes UK
Ingram Content Group UK Ltd.
UKHW050436280324
440101UK00016B/1118

9 798881 324148